D9900415

మనా?’’

‘ అదృష్టవంతులకు యిట్లాంటి అత్తగార్లు దొరుకుతారు ’’

పోనీ అత్తగార్లు అనకపోతే భార్యలే మంచివాళ్లు దొరకడం అదృష్ట మనకూడదూ?’’

‘వాక్కవంటతో సంతోష పడతామా, మరిభార్యలైతే’’

‘‘అట్లాచూసుకుంటే ఆసంతోషం భార్యవల్ల రాదు అదృష్ట మంటే, డబ్బూ, ఎల్లా, రొమాన్సు, అన్నీ కలసిరావాలి మనవిశ్వనాధునికి వచ్చినట్లు

‘‘అవేమిట్రోయ్, ఎప్పుడూవిన లేదే?

‘ చిన్నప్పుళ్లే ’’

‘‘చిన్నప్పుడేలే, ఇప్పుడునీకు రొమాన్సు పడుతుందంటే యెవ్వరు నమ్ముతారు కాని—’

నేను కలకత్తాలో యమ్ యస్ సి చదువుతున్నప్పుడు జర్మన్ సర్కస్ ఒకటి వచ్చింది లాడ్జివాళ్ళందరం చివరక్లాసుకు పొయ్యాం చివరక్లాసు టిక్కెట్టే రెండురూపాయలయ్యేను

సర్కసంతా సరే, పెద్దపులుల నాడించడానికి ఒకామె వచ్చింది వొచ్చిన నిమిషంనుంచి ఆమె వెళ్ళిందాకా నేను ఎక్కడ వున్నానో మరచిపోయినాను—ఆమృగాలు ఏవో వేటి నాడించిందో తెలియదు ఆమె కదలించడం, నడవడం, కళ్లతో బెదరించటం, ఇవే చూస్తాను రక్తం రంగు మొహమల్ డ్రెస్సు వేసింది నడుముకుమాత్రం ఆకుపచ్చ బెల్టు దానిమీద ధగధగ

అంటున్నారు ట్రాంలో

"సింహంపిల్ల బలేమజాగావుంది "

' ఆ ఆడదాని సాహసంరా"

నువ్వేమంటావు విశ్వపతీ"

నిద్రవస్తోందని కళ్లు మూసుకొని పడుకున్నాను ఎచ్చెత్తింది ఎందుకో ఆ బాధ నిర్ణయించుకోలేను ఈశ్వరదర్శనమైన వాడికి యీలోకము సుఖాలు కష్టాలు ప్రజలూ వూళ్లుఅన్ని క్షణభంగురాలు, తృణప్రాయాలైనట్టే నాకు చదువూ హాస్టలూ స్నేహితులు యిల్లు ఇంటిదగ్గర బంధువులు సంసారము అన్ని మాయగా ఆశ్చర్యంగా కనపడ్డాయి ఇంక వేరే ధ్యాసలేదు పక్కమీదనుంచి లేవగానే ఆమె సంగతి ఆలోచించేవాణ్ణి కాలేజీలో ఆమెనే అలా ఆలోచిస్తూ కలలు గంటాను ఎప్పుడు సాయంత్రమౌతుందా ఎప్పుడు వెళ్లిచూద్దామా అనే ఆతురత దగ్గరగా చూడాలని పెద్దటిక్కెట్టుకొన్నాను

ఇంకా బాగా కనబడాలని యిరవైఅయిదు రూపాయలు పెట్టి—ఓపేరాగాసు కొన్నాను దాంతో మనదగ్గరవున్న సొమ్ము ఆఖరుఅయింది ఎందుకు అట్లా బాధపడ్డానో, ఏమి లాభమను కున్నానో, నేను యిప్పుడు చెప్పలేను కాని ఆ వయసులో వున్న ప్పుడు మన బాధ బలంచేతనే, మనము కోరే వస్తువుని సాధించ గల మనిపిస్తుంది ఎల్లలు చంద్రుణ్ణి అందు కోగలుగుతామన్నట్టే, మనము స్త్రీల నందుకో కలుగుతామనే విశ్వాసం మనని వద

ఆమెని అక్రమం చెయ్యబోతుంటే! నేను వెళ్ళి అడ్డపడితే! ఇట్లా సినిమాలో చూచినట్టే! నా జీవితంలో జరిగినట్టే కథలు అల్లుకున్నాను ఆ సర్కస్ వెళ్ళిపోతే నేను వెంటపోవాలి అని కూడా అనిపించింది

ఒక సాయింత్రం డబ్బులేదు సర్కస్‌కి వెళ్ళాలంటే అప్పు చేశాను మర్నాడు టిఫిన్‌లు రెండుమానాను నాకు కాలేజీలో వొచ్చిన ప్రైజ్ పెన్సిల్ అమ్మాను ఇంకా యింటినించి డబ్బు వారానికిగాని రాదు మూడోరోజున అసలు డబ్బు పుట్ట లేదు డేరాదగ్గిరికి వెళ్ళాను ఎవరన్నా పిలుస్తారేమోనని ఆశ ఆట మొదలుపెట్టారు చుట్టూ తిరుగుతున్నాను మోటారా గింది పక్కనే నుంచున్నాను ఆమె దిగి లోపలికి వెళ్ళింది వెంట యెవ్వడో వున్నాడు విలువగల సూటులో—వొంటరిగా వాళ్ళిద్దరూ వొచ్చారు ఆమోటారులో వాణ్ణి చంపాలనిపించింది పాపం కుర్రదాన్ని చేసి వొంటరిగా మోటారులో పెట్టుకొస్తాడు! పాపమూ, పుణ్యామూ, లేవూ వీళ్ళకి వెడుతూ నావంక చూచిం దేమో ననిపించి వొణికి, కరిగి, దుమ్ముతో యేకమయినాను

నేను బైటవున్నానే నేనన్నా దగ్గర లేకుంటే పెద్దపులి దగ్గ రికి వెళ్ళిందే—ఏం అపాయం వొస్తుందో కదా! బైట వొణుకు తున్నాను భయంతో ఆతృతతో! వాడు మోటారులో పెట్టుకు చ్చాడే కాని, పెద్దపులినుంచి రక్షిస్తాడా!

గంటసేపట్లో మళ్ళీ వచ్చింది వాడితోనే ఇద్దరూ మోటా

వెళ్ళేందుకు ట్రాం టిక్కెటికి బేడవుంది వాడిచేతిలో పెట్టాను
"జోసఫైన్—దీంటో పులుల్ని ఆడిస్తుంది"
'ఇల్లెక్కడ?"
ఎడ్రెస్ చెప్పాడు
"వాడెవడు?'
'ఎవడో డబ్బిచ్చినవాడు"
నేనిస్తే—"
"రేపు నువ్వు వస్తావు ఆమోటారులో"
గుండె చివుక్కుమంది
దీనికోసమే నేను యిన్నిరోజులూ యీ బాధంతా పడ్డది! యీ నీచురాలికోసమా? ఒక్కదెబ్బతో నా మొహమంతా వాడిలిపోయింది ట్రాంకి డబ్బులుకూడా లేవు మూడుమైళ్ళు కాళ్ళీడ్చుకుంటూ పోయి పడుకున్నాను కాని ఆమె నడకా, తళతళమనే జరీఅంచు బుజంమీాదనుంచి జీరాడుతో రొమ్ము మీాదికి జారటమూ, ముసుకునుంచి తప్పించుకొని చంపమీాద దొల్లే ఆజుట్టూ, ఆచిన్న జరీచెప్పులూ, ఆచిన్న కాలూ—నిద్ర రాదు—ఆమొగాడివంక చూసిన ఓరచూపు — చిరునవ్వు మూడురోజులు దాన్నే తిడుతున్నాను కాని విష్ణుని హిరణ్యా కశిపుడు ఎంతమరిచిపో గలిగాడో—రెక్కలుకాలాయని పురుగు దీపానికి ఎంతదూరము పోగలదో—నాగతీ అంతే అయింది
డబ్బేకదా! డబ్బిస్తాను ఇంటిదగ్గరనించి డబ్బు వచ్చింది

రొండో అయిదుకూడా యిచ్చేస్తే! మొగవాళ్ల మనస్సు చాలా తమాషగా ఉంటుంది ఆజోస్ఫైన్ అసలు సుశీలై మొగాడి వంకే చూడనిదైతే నాకు లభ్యమవుతుందా? కనుక మొగవాడంటే సరదా పడేదే ఐవుండాలి నాఉద్దేశ్యప్రకారం కాని ప్రతి మొగాడివంకా చూసేది ఐవుండకూడదు ఇంకో మొగాడివంక చూసిందా—చవకైపోయింది ఆమెని నానాతిట్లు తిట్టుగుని అసహ్యపడ్డాను! మొగాడికి ఎట్లాఉంటుందంటే తానెటువంటి వాడైనా తనని మాత్రం వలిచేటంత రొమాన్సు మాత్రమే ఉండాలి స్త్రీకి తాను కోరిన స్త్రీకి అప్పుడు ఆరొమాన్సుని గుడ్ టేస్ట్ అంటాడు ఆమెని పతివ్రత అంటాడు "పాపం మనసు పట్టలేకపోయింది ఇంకొకత్తె ఐతేనా ఒక్క తన్నుతన్ని తనభర్తతో చెప్పేదే!" అనుకుంటాడు తననిగాక యింకొకర్ని యిష్టపడ్డదా! కులట పాపాత్మురాలు! ఇట్లాంటివాళ్లు వుండబట్టే దేశమిట్లా పాడవుతోంది వీళ్ళని కోసి కుక్కలకేసినా పాపమా! అంటాడు ఆరొమాన్సు దోషమవుతుంది ఆస్త్రీ దౌర్భాగ్యురాలవుతుంది

ప్రతి సాయంత్రము ఆమె యింటిచుట్టు ప్రదక్షిణాలు మొదలు—ఎప్పుడన్నా కిటికీలోనుంచి ఏమన్నా కనబకుతుందేమోనని—ఎవడన్నా లోపలికి వెడతాడా, బైటికి వస్తాడా అని—ఒకరోజు మూడుకార్లు ఆగిఉన్నాయి ఆయింటిముందు నిద్రపోయే 'ఛాఫర్ని' లేపాను

అతని సలహా తీసుకొని అట్లా తిరిగి మళ్ళీ వచ్చాను

"ఎక్కడికి వచ్చారు యీ కారు ఆయన?"

'అరే వెడ్తావా, తన్ననా?'

మళ్ళీ అతని సలహా నందుకున్నాను సర్కస్ ఆవూరి నుంచి వెళ్ళిపోతుందే అని భయం పట్టుకుంది

ప్రతి రాత్రీ ముందుసీటు పదిరూపాయలు పెట్టి రిజర్వుచేసి తీసుకొని ఆ అరగంట తనివితీర చూచి లేచివస్తాను సర్కస్ మధ్యనచ్చి అరగంటలో లేచివచ్చే మానవుణ్ణి వింతగా చూస్తున్నారు ఆమె తలవంచితే నేనూ ఎంచాను! నావంక కనుపడుతుందేమోనని తేరిపారచూశాను ఆమె పులిదగ్గర నుంచుంటే, పాణకి కళ్లు మూసుకున్నాను నుంచున్నాను చప్పట్లు కొట్టాను 'బ్రేవో' అని బిగ్గరగా అరిచాను అంతవరకూ ఆ మోటారు వచ్చేదాకా బైటనుంచుని ఆమె లోపలికిరాగానే నా రిజర్వుడు సీటులోకివచ్చి, ఆమె ఫీట్ కాగానే నేను బయటకు వెళ్ళి, ఆమె మోటారుప్రక్కన నుంచుంటాను

ఒకరాత్రి ఒక్కతే వచ్చింది ఆ ఎర్రటి జాకెట్ పైన మెరిసే కంఠాన్ని, జాకెట్ చిరుగుతుందెమో అనిపించే ఆమె 'బస్టు' ని చూచి తల్లడిల్లాను ఫీట్ అయింది నేను బయటికి వెళ్ళాను ఇంక ఆమెతో మాట్లాడక, బతకలేనని నిరాశ నాకు మొండి ధైర్యాన్నిస్తోంది

కిందికి చూస్తో, ఆలోచిస్తో వస్తోంది మోటారు దగ్గిరికి ఆన

'నీ ఎడ్మైరర్"

'ఛీ! ఛీ' అన్నట్టు విదిల్చుకొని మోటారెక్కి తలుపుమీద చెయ్యిపెట్టింది

అయిపోయిందినా సంగతి!

వెళ్ళవద్దు నేను చెప్పేదివిను నిన్ను చూడక నేను బతకలేను నన్నట్లా వొదిలేస్తే నీమోటారు చక్రాలక్రిందపడి నలిగి పోతాను'

నా కంఠంలో ఎంతదీనత్వం పలికిందో నేనే ఆశ్చర్యపోయినాను నాబాధ వినబడ్డది గావును ఆమాటలోనే మళ్ళీచూచి చిరునవ్వు నవ్వింది తలవంచింది పక్కన కూచున్నాను కారు కదిలింది మాటరాదు ఆలోచనలేదు నాలుగునిమిషాలు నా అదృష్టంతో దిగ్భ్రమచెంది కదలలేక పోయాను చెయ్యిజాచి ఆమె చెయ్యిని తాకాను చెయ్యిలాక్కొని అవతలగా కూచుంది తొరతొరగా ఆలోచిస్తున్నాను మరి ఎందుకు ఎక్కమంది ? వూరికే కూచుంటె యేమనుకుంటుంది ? వాళ్ళపద్ధతు లేమిటో? ఏంమాట్లాడాలో ? ఏం చెయ్యాలో ? మొదలెట్లానో ? శుద్ధ మూర్ఖుడు అప్రయోజకుడని, యింటికి పొమ్మంటుందేమో వూరికే కూచుంటే ? చప్పున జరిగి ఆమెచుట్టూ చెయ్యివేశాను ఒక్కతోపుతోసింది రెండోమూల సీటుకింద దబేలుమని పడ్డాను మోటారాగుతోంది "హారీ! ఏమిలేదు పోనీ" అంది "నాతో గాడిదలాగా ప్రవర్తించకు" అంది పెద్దపులులతో

లోపలికి వెళ్ళింది మళ్లావచ్చి ఎదురుగా కూర్చొంది బట్లరు బుడ్డి గ్లాసులు ముందు పెట్టాడు నన్నొకగ్లాసులోది తాగమంది ఎన్నడూ ఎరగను కాని వద్దంటే ఆకిటికీల్లోనుంచి కిందికి తోస్తే—ఏమిటి అది—వైనుబ్రాంది అా పేర్లు వినడమే— నోట్లో పెట్టాను బాగుంది

"ఏమంటావు ?"

"నీవు కావాలి"

"డబ్బు ?"

"ఇస్తాను"

"తీసుకొచ్చావా ?"

"లేదు"

'రేపు తీసుకురా"

"సరే"

"గుడ్ నైట్"

'ఎక్కడ కనబడతావు ?"

"అక్కడే"—స్విచ్ నొక్కింది—డ్రయివరు వచ్చాడు

"హరీ యిాన్ని యింటిదగ్గర దింపిరా"

లేచాను—హరీ దూరంకాగానే—

"ఎంతో తెలుసా?" అంది మృదువుగా చిరునవ్వుతో—

"ఎంత?"

"మూడువందలు"

''మేన్''

'నాకు నిద్రవొస్తోంది గాయన్ని బైటికి వెళ్ళమని తలుపులు వేసెయ్యి''

నేను బైటికి వెళ్ళాను మోటారుకోసం చూశాను మోటారు లేదు హారీలేడు దేవుడాఅని నడచి పొయ్యాను మూడువందలు! యేం చెయ్యను?

ఇంకబుద్ధికలిగి ఆప్రస్తావన మానుకుంటే మంచిది ఐదు రూపాయ లనుకున్నాను మూడురోజులు ఆవేపు పోలేదు కాని పగలు తోచదు రాత్రులు నిద్రరాదు ఏమీచదవలేను అసలు కనపడకుండా వెళ్ళిపోతుందేమోనని భయం ఒకవేళ వేళాకోళానికి అన్నదేమో? మళ్ళా యింకొకసారి మోటారు కేసు వేడితే—ఏమి యివ్వనక్కరలేదని నవ్వితే! ఊరికే అందిగాని ఎవడన్నా మూడువందలిస్తాడా? కాక వెర్రి మొహాన్ని నన్నుచూసి ఒక్క సారి డబ్బులాగాలని ఎత్తువేశిందా? నేనిస్తాననే?

మళ్ళీ 'సర్కస్‌కి' వెళ్లాను ఆరాత్రిస్నేహితుడి చేతిలో పావలాపెట్టి ఆమెకి జీతం నెలకి నాలుగువందల యేభైయని తెలుసుకున్నాను

మరి ఒక రాత్రికి మూడువందలా?

''మరి ఆరాత్రి రాలా—అల్లాంటి వాళ్ళెంత యిస్తారు?''

వాళ్ళా యింతఅనిఏమిటి? నగలు బట్టలు అన్నీ''

రామా గొంతు చించెయ్యరాదూ ఎవరికి కాకుండా

హృదయంలో వుండే అంత ద్వేషమూ, ప్రతి నిముషమూ చల్లబడి నీరై ఆమెపాదాల్ని తడుపుతోంది పరీక్షమానుకు యింటికి పోదామనిపించింది వెళ్ళి పరీక్ష ఐనాం మాత్రం వెళ్ళి !—ఏముంది ? తిండీ భార్యా పిల్లలూ సంపాదనా మళ్ళీ యిట్లాంటి బాధ జీవితములో రుచిచూస్తానా ? మావూళ్లో యిట్లాంటిచర్యలు సాగించానా—చెప్పుతీసుకు కొడతారు కలకత్తా గనక సరిపోయింది గాని—డబ్బుకై తేనేంగాని —గంధర్వకన్య వంటిది నా మొహాన్ని చూసి నాలుగు గజాల దూరానికి రానిస్తుందా ? జన్మానికల్లా ఒక అదృష్టం కలిగింది ఎంతడబ్బు పోసినా మళ్ళీ చూస్తానా ? అనుభవిస్తానా ?

పరీక్ష ఫీస్తుకనీ, నెలరోజులూ ఖర్చుకనీ, మావాళ్ళుపంపిన రెండువందలూ, వీడిదగ్గిరా వాడిదగ్గిరా గోకి వందా, మూడు వందలు జేబులో పెట్టుకొని మోటారు పక్కన నుంచు న్నాను

"సరేనా ?"

తలవూపాను

మోటారులో ఆమె చిన్న నడుంమీద నా చెయ్యేశాను తలని నా బుజాన ఆనించింది, నిన్నటి పిల్లేనా ? ధనదేవతా, నిన్ను తప్ప ఇంకొకర్ని పూజించే మానవులంత మూర్ఖులుంటారా యీ ప్రపంచంలో ? ఒక్క మంత్రంతో అంత లావణ్యాన్ని

వెలిగిస్తున్నాయి ఆ చిరునవ్వు, కళ్ళు పైకెత్తి నా మొహంవంక చూపు—ఎన్ని తపస్సులు చేస్తే దొరుకుతుంది మళ్ళ, ఆ అనుభవం ? యీనాడు నేను సంపాయించిన అరవై యెకరాల మాగాణీ నిజంగా—ఇన్నేళ్ళు ఫ్లీడరీచేసి సంపాయించిందంతా మళ్లీ ధారపోస్తాననుకో—అట్లాంటి రాత్రికోసం దగ్గిరగా యింకా దగ్గిరగా జరిగింది మోటారాగితే ఆ స్వప్నం ఆఖరేమో! పోతుందేమో ! యీ మోటారు ప్రయాణానికి మాత్రమేనేమో మూడు వందలూనూ—ఇంటిదగ్గిర యెవడున్నా కాచుకొని వుంటాడేమో—ఈ డ్రైవరేం తగాదా పెడతాడో—అన్న భయాలే దిగి మళ్ళీ ఆ గదిలోకి వెళ్ళాము మళ్ళీ వైను తాగించింది తాను తాగి నాకిచ్చింది నేను తాగింది తాను తాగింది ఆ బట్టలుతీసేసి సన్నని గౌను వేసుకుంది ఆ వొళ్ళంతా పిలుస్తోంది నన్ను ఒక్క నిమిషం బల్లదగ్గిర ఆగి అమాంతం నా వొళ్ళొ దూకికూచుంది నా మెడచుట్టూ చెమట ఆ పరిమళం—ఎక్కడనించో కొంచెంగా గాలిమీదా నీళ్ళమీదా తేలుతో వచ్చి ఎక్కడా ఇదివరకు చూచామా ఇది అనిపించి బాధ పెట్టదూ అట్లా ఆ జుట్టు ఒక సువాసన—ఆమె నోరు వైను పరిమళము, ఆమె వొళ్ళు—మెడ ఎంత అందవికారందైనా, ఆ సువాసనలు వొదలలేక కావిలించుకుంటారు ఆమె వొంటిమీద చిరుచెమటలే లవండరా అనిపించింది

"రా లోపలికి" అంది

ఏంత రాత్రి అయిందో తెలీదు కొండల్లో అర్ధచంద్రుడు కుంకేప్పుడు నీళ్ళమీద ఎట్లాంటి వెన్నెల పడుతుందో అట్లాంటి కాంతివొస్తోంది, ఆ తగ్గించిన ఎలక్ట్రిక్ దీపంలోంచి, అలిసిపోయి సొగరంతాపోయి నా చేతులమధ్య పడుకుని నా కేసి చూస్తోంది

"ఇంకా నిద్ర పోనియ్యావు ?" అంది నాచంపలు రాస్తో

"ఎన్ని గంటలు ?" దిండుకింద చెయ్యి పెట్టింది నాలుగు గంటలు మ్రోగాయి

"మరియీసారి మోటారులో నెడతావా ?" అన్నాను నవ్వుతో

ఒక్కతోపుతోసి నన్ను పడవేసి నాకొమ్ముమీద తన కొమ్ముని అదిమింది

ఆమె నిద్రపోతోంది నాకు నిద్రరా లేదు మూడువందల రూపాయలు ? కాని మళ్ళీ జన్మానికి అట్లాంటి రాత్రి వొస్తుందా ?

ఒకటే రాత్రి ! ఎట్లా కళ్ళుమూసి వృథాచెయ్యను నిద్రపోతో, మెల్లిగా లేచి ముఖం నాముఖం దగ్గిరకి తెచ్చి "నువ్వెవరు"అని పడుకుంది

ఆప్రశ్న కేమోగాని "నేను ఆంధ్రుణ్ణి" అని గర్వంగా జవాబు చెప్పాను మరి తమకీర్తినంత వృద్ధిచేసినందుకు నా కే మిస్తారో యేమిటో ఆంధ్రులు ?

అలవాటు ప్రకారం ఆరింటి కే మెళుకువ వొచ్చింది లేదా

ఆయింటి యజమానుడివలె నా మాటను శిరసావహించి అతి భక్తితో మెలిగారు నౌకర్లు

రొట్టె, టీ, వెన్న, మాంసము అన్ని వున్నాయి బల్లమీద కష్టంమీద కొంచెం రొట్టె తిని టీ తాగాను నేను మాంసం తినకపోవడం అతి చిత్రంగా చూసింది

మరి—రాత్రి—అదిపనికివొస్తుందా మీకులంలో ?''

ఏం జవాబుచెప్పను ? ''హిందువుల్లో అంతే'' అన్నాను నాకులాన్ని తలచుకుని సిగ్గుపడుతో లేచాను

'వెళతావా ?''

''గుడ్ బై—'' దగ్గిరికి వొచ్చి ముద్దుపెట్టుకుంది

''మళ్ళా'' అంది

''మళ్లీనా ?''

''బాగుండలేదా ?''

నాకళ్లు జవాబు చెప్పాయి

''మరిరాత్రి రాకూడదూ ?''

అమ్మా ! ఆశ—నేనుమాట్లాడలేదు

ఏమనుకుంటోంది? నేను లక్షాధికారినా ? నేటివ్ ప్రిన్సునా? కాని బికారినని ఎట్లా వొప్పుకోను ? రాత్రంతా రాజాధి రాజువలె నటించి కానని తల వూగించాను

''ఎందుకు !'' అని కండ్లు కిందికి వాల్చింది వింతనటన? నాకు కోపం వొచ్చింది

అని వెళ్ళిపోయినాను

ఈ అదృష్టం నిజమా ? నిజమా ? కలా ? సర్కస్ ఆవూరి నించి వెళ్ళిందాకా ప్రతిరాత్రీ వెళ్ళాను స్నానం భోజనం అంతా అక్కడే పరిక్షా ? అడుగుతున్నావా ? పరీక్ష ఏమయింది ? రామేశ్వరంలో పూజలు సరిగా జరుగుతున్నాయా ? భూమి సూర్యుడుచుట్టూ తిరుగుతోందా ? మానేసిందా ? ఈ కుంటి ప్రశ్నలు నాకెందుకు ?

చుక్కష్మ

(నార్వేజియన్ నావెల్ నించి)

౧

అమరావతి యింకామూడుమైళ్ళుంది వొడ్డున వరసగా చేలూ, అక్కడక్కడ చెట్ల గుబుర్లూ తప్ప యింకేమిలేవు చక్కని గాలి వుండడంవల్ల ఆ వుదయం పడవ నీళ్ళమీద తేలి పోతోంది యెండ తెరచాపమీద యిటూఅటూ ఆడుతోంది గట్టుదగ్గిరగా పడవ నడుస్తోంది ఒకదిబ్బ మలుపు తిరిగాము

కేకేసింది వెనక యిద్దరు పిల్లలువొచ్చి మాపడవని నిదానంగా కళ్లువిప్పి చూస్తున్నారు ఆమెకి చీరెతప్ప, రవికకూడా లేదు ఆ చీరెని చూస్తేనే ఆమె బీదతనం తెలుస్తోంది

"అన్నా! కాస్త వొడ్డుకి పట్టండి"

"యెందుకు?" అని చుక్కానిని పట్టుకొని, తన చుట్టపొగ శక్తితో పడవని నడుపుతున్నట్టు కూచున్న మా సరంగు కేకేశాడు

"నా గేదె గోతులో పడ్డది అన్నా అన్నా, ఒక్కచెయ్యి సాయం పట్టి పైకితీసి పోదురూ, మీ కెంతన్నా పుణ్యముంటుంది"

"వూళ్లోవాళ్ళని రమ్మను! మాపడవకి అదేపనా?"

"గోతులో పడ్డ గేదెల్ని లేవదీస్తోవుంటే బాగానే చేరుకుంటాము బెజవాడ" అన్నాడు మా వర్తకుడు అతనికి బహు తొందరగావుంది ప్రయాణం మొదటినుంచీకూడా

"వూళ్లోవాళ్ళు మా పొలానికిరారు రెండురోజుల్నించి అరుస్తోంది, నాయనా అది చస్తే యింక యీ బిడ్డలిద్దరూ చావలసిందే

'పాపం! ఆడది, వొంటరిది ఆమాత్రం సహాయం చెయ్యరాదుటోయ్" అన్నాడు సర్వభద్రం

"మీకేం చెబుతారు ఆ గేదెని యెవరెత్తుతారు? మొదలుపెట్టామంటే వొదులుతుందా? గడ్డివాము వెయ్యమంటుంది,

"నిర్దయకాదు, వాళ్లనేమాట నిజమే ఈ ఆడ వాళ్లు దొంగలు నేను చాలాచూశాను యిట్లాంటి టక్కరివేషాలు"

"ఎప్పుడూ నువ్వు అట్లానే అంటావు చూడు యెట్లా అరుస్తోందో! ఆమెకళ్లల్లో దీనత్వం చూస్తే జాలి వెయ్యదూ! చూడు, ఆ అరుపు ఎంత నిస్సహాయంగావుందో! పోనీ, ఆ ఎల్లలో, వాళ్లు అమాయకులు కారూ?"

"కళ్లల్లో దీనత్వం! ఆడదానికి చూపులకి హృదయంలో దీనత్వం వుండనక్కర్లేదు అసహాయమంటావా, ఆ అసహాయత్వం వల్లనే అవసరంలేని సహాయమంతా పొందుతారు పైగా యీ మొగాళ్లు మమ్మల్ని అధోగతిలో వుంచారని మీటింగులు నాకు చెప్పకు యీ ఆడవాళ్ళసంగతి"

"ఈ పొలాల్లోవాళ్లు కాదుకదా ఆ మీటింగులు చేసేది?"

"వాళ్ళవెనక వీళ్ళూ మొదలు పెడతారు"

"అన్నా నీ కడుపున పుడతా, నా గేదెని బతికించు నా పిల్ల లన్యాయంగా మాడి చచ్చిపోతారు వెళ్ళిపోకు నాయనా నీకు కూలికి ధాన్యమిచ్చుకుంటా పోనీ"

సరంగు చెవుల్లో సీసం పోసుకున్నట్టున్నాడు ఆమె ఆర్త నాదం, సుబ్రమణ్యానికి సంగీతం లాగుంది వర్తకుడు పడవని, తన తొందరతో నట్టేట్లోకి నెట్టాలని చూస్తున్నాడు

"ధూ! యేట్లో దూకి యీదుకునన్నా పోతాను" అన్నాడు సర్వభద్రం

"ఇక్కడా, బెజవాడ వెడతా నన్నారే!"

'వెళ్ళను"

సుబ్రమణ్యాన్ని చూస్తే వాళ్ళకి భయం వాడి పెద్దగొంతూ, వాడి డబ్బు నిర్లక్ష్యమూ

'ఏంవచ్చి అయ్యా! సరేపదండి కాని నేనుమాత్రం గేదెను మోసేది వుత్తది" అని పడవని వొడ్డుకిపట్టాడు

"మేము పోతాం" అన్నాడు యింకోడు

'ఏమయ్యా ఎవరూ రారా సహాయం?" అన్నాడు సుబ్రమణ్యం ఇంకోడు దిగాడు మాతో

ఇదిగో నలుగురం దిగాము పడవవాళ్ళూ మీరు మాతో వస్తే ఐదు నిముషాల్లో ఆగేదెని బైటపడేసి వస్తాం కాకపోతే మమ్మల్ని వదులుకుపోండి" దాంతో పడవవాళ్ళ కాపీనం జయించింది అందరూ నడిచారు గొయ్యి చాలా పెద్దది అడుగున ఏముందో కనపడదు చుట్టూ చెట్లు పెరిగాయి మోకులు తీసుకొచ్చాము కాని గేదెకి కట్టడమెట్లా? 'యిది సాధ్యమయ్యే పనికాదయ్యా, పోదాం రండి"

అసాధ్యంగానే వుంది కాని యేదో మొగాడివల్లే వచ్చి వెనక్కి పోవడం, యిద్దరు ఎల్లల్నీ, ఆ కన్నీళ్ళతో చూసే ఆడదాన్ని వొదిలి సర్వభద్రం చొక్కా తీస్తున్నాడు

'ఏమిటది?"

"నేను దిగుతాను"

వాళ్లంతా బురద

"పదండి"

"మీా వాళ్ళు, రండి బావిదగ్గర స్నానంచేద్దురు గాని"

అతని ప్రాణంకోసమూ, గేదె ప్రాణంకోసమూ, ఆ కళ్ళల్లో యిప్పుడే వీడుతున్న అభయమూ, విచారమూ! అందరూ నడుస్తున్నారు పడవ వేపు

'నదిలో స్నానంచేస్తాను"

'వొద్దు, బురదనీళ్లు, ఇక్కడే చెయ్యండి ఎండియిస్తాను"

ఆ ప్రార్థన విని నిరాకరించలేక పోయినాడు సర్వభద్రం

' వాళ్ళనికూడా ఎలవండ" అంది—కేకేశాక

"ఆ, నేను చెప్పలా యింకేమిటి ? ఇల్లు కురుస్తోందా" అంటూ వచ్చాడు సరంగు

"రండి, లోపలికి రండి" అంటోంది సర్వభద్రం స్నానం చేస్తున్నాడు తుడుచుకోడానికి బట్టయిచ్చింది, దొడ్లోకివెళ్లి ఆమె కళ్ళలో ఎంతసిగ్గు, ఎంత కృతజ్ఞత! ఈ పల్లెటూరివాళ్ళ మొహాల్లో ఎంత మాధుర్యం వుంటుందో!

అతను లోపలికి వచ్చేటప్పటికి, అందరూ కూచుని పాలు తాగుతున్నారు

అతనికీ యిచ్చింది కాని అవి సగము మీాగడా, సగంపాలూ

"ఎంత మీాగడో!" అన్నాడు

"ఆహా యీా పాలల్లో ఒక్క తెరకాలేదు మీాగడ పాల

“మీ మొగాళ్లేమయినారమ్మా ?

“ఆయన తూర్పు పోయినారు

“ఎందుకు ? ఇంకో గెదెని కొన్కు-రావడానికా ?”

“జరకట్ ”

“పొలమూ, గొడ్లూ బాగానే కనబడుతున్నాయే !”

ఆమె మాట్లాడలేదు ఎందుకో అతని హృదయములోంచి, అనురాగమూ, దయా—యెందుకో ఒకటేబాధ ఆమెకి యిర్వై యేళ్ళకంటే యెక్కువ వుండవు ఆమె వాళ్ళముందు తలవంచిన విధంలో ఏదో నమ్రతవుంది కళ్ళలో దయా, ప్రేమ వుంది జాలిగా చూస్తుంది ఆబర్త యేమైనాడు ? యెందుకురాడు ?

“వూళ్ళో యెవరూ నీకెందుకు తోడురారు ?”

‘నేను వాళ్లకేం తోడుపడగలను ? వూరికే చేస్తారా ?

“ఏమో విచిత్రంగా వుంది ! ఒడది కష్టంలోవుంటే ఒకడూ రాడా ? చిత్రమైన వూరే ’

దానికి ఆమె మాట్టాడలేదు

ఈమె వొక్కత్తె యీపొలంమధ్య యెట్లావుంటోంది ? వూరివాళ్ల సహాయంలేక, యిరుగుపొరుగువాళ్లులేక ! కారణ మేమిటో ! మూల వొక మగ్గమూ, రాటమూ, వున్నాయి— రంగునూళ్ల దణ్ణాలకి వేళ్లాడుతున్నాయి ఆమె జీవనం చూస్తే తన గర్వమూ, అధికభావము అన్నీ మాయమైనట్టున్నాయి సర్వభద్రానికి “ఏమి చేయగలను ఆమె కోసం ? ఇట్లాంటి

"అయ్యలారా ! వణ్ణాలు ! మీ కెంతో పుణ్యముంటుంది"
అని వాళ్లని పంపించి లోపలికివచ్చి సర్వభద్రం యెదురుగా కూచుంది

సర్వభద్రం లేచి వెడుతున్నాడు

"మీ దేవూరండి ?"

"మావూరా ! ఒకచోట నిలకడలేదు "

మీపేరేమిటండి ?"

"నా పేరా, శేషయ్య నీపేరూ ?"

"చుక్కమ్మ"

"చుక్కమ్మా, చల్లగావుండు పోయివస్తాను"

సర్వభద్రం కాళ్లు కదలలేదు ఆమె లోపలికి పోక ఏదో యింకా అడిగేట్టు నుంచుంది అతనూ కదలలేదు ఇద్దరూ కిందికి చూస్తూనుంచున్నారు చేతులన్నా కదలలేదు అట్లానే నుంచున్నారు వాళ్ల హృదయభావాలు యెవరికి తెలుసు ? వాళ్ళకే తెలీదు యివ్వానంతప్ప ఆ ఇద్దరికీ యేం సంబంధం !

"వెడతాను"—మాటాడడు కదిలాడు అందర్నీ కలుసుకున్నాడు

ఏమిచ్చింది నీకు యీ కాసేపట్లో రహస్యంగా ?" అన్నాడు సుబ్రమణ్యం రహస్యంగా

"అసలు రారనుకున్నాము"

'మళ్ళీ గోతిలో దింపిందా ?"

"ఆ మొగుడు ఏమైనాడంటావు?" అన్నాడు ఒడ్డుననుంచున్న చుక్కమ్మకేసి చూస్తూ సుబ్రమణ్యాం

ఎవత్తెతోనో పోయినాడో! చచ్చాడో!" అన్నాడు సరంగు

"ఒక్కత్తా అట్లా కష్టాలుపడుతూ యెందుకు వుందంటావు?" అన్నాడు ఇంకోడు

"కర్మ ఎందుకంటే ఏం చెప్పను ? అందమైన పిల్ల కాని నే చూసిన వాళ్ళలో ఇదోటి లెఖ్ఖా!" అన్నాడు సుబ్రమణ్యాం

"నీ రేపల్లె రత్తమ్మకంటే బావుండ లేదా ?" అన్నాడు సర్వభద్రం

"అదా ! అది కుంభకర్ణుడి కూతురు ఎక్కడ వుందో మళ్ళీ నాకు దొరికితేనా, అప్పుడు దానిపని తెలిసేది పోదూ అది నాకెందుకు, వొదిలి పోయిందేచాలు"

ఎవరికోసం, ఎందుకోసం, అట్లా, ఆవొడ్డునే నుంచుంది చుక్కమ్మ, ఆ చింతచెట్టు నీడని మధ్యాన్నందాకా—ప్రవహించే ఆనీళ్ళకేసి చూస్తూ

౨

రెండునెలలు దాటింది మళ్ళీ అమరావతి దాటి పడవ సాగే సరికి మధ్యాన్నం మూడుగంటలయింది నీళ్ళువిరిగి కొంచెం నీలమవుతున్నాయి సాయంత్రపు గాలి మళ్ళింది పడవ ప్రయాణం హాయిగా అనుభవిస్తున్నారు వున్న నలుగురూ

తలపూయించి గుడిశకేసి మళ్ళాడు పడవని లోపలికి నెట్టే శారు సర్వభద్రం చెట్టుపక్కన నుంచుని వెళ్ళేపడవకేసి చూస్తు న్నాడు. పడవమీదివాళ్ళు అతనికేసి చూస్తున్నారు మళ్ళీపడ వని పిలిస్తే! తన వెఱ్ఱితనానికి తనే ఆశ్చర్యపడ్డాడు ఎందుకు దిగి నట్టు? అసలు వాళ్ళు వున్నారో? వెళ్ళిపోయినారో! ఆ మొగుడు తిరిగి వచ్చివుంటే! తనవంక కొత్తగా చూస్తే ఆమె! పడవను మళ్ళీ కేకవేస్తే! యేమైతేనేం, రేపు పడవలో పోవచ్చు గుడిశవేపు మళ్ళీ తిరిగాడు మెరిసే ఆబంగారు కాంతిలో ఆనం దంగా కూచున్నట్టువున్నాయి ఆ గుడిశా, ఆచిన్ని పాకా, ఆ వేపనిమ్మచెట్టూ యెవరో వస్తున్నారని చూసి తల్లీ పిల్లలూ గుమ్మంలో నుంచుని చూస్తున్నారు అతను సమీపించగానే "ఇదేమిటి—" అని ఆగింది అతను సంచీ దింపి—

'ఈవేపు వెడుతున్నాను చూసివెడదామని దిగాను"

'నిజంగా మీరే! ఆవాళ ఎంత సహాయం చేశారు నాకు!" అని సంతోషంతో సిగ్గుపడ్డది

"పడవలో వొచ్చారా? వెళ్ళిపోయిందా?"

"అవును వెళ్ళింతరవాత నాకు జ్ఞాపకమొచ్చింది ఆ గుంటలో ఆగేదె పడితే చుక్కమ్మకియెవరు సాయంచేస్తారు? ఆ బావి చుట్టూ ఒకదడిగా కడితే బావుండేదే అనుకుని యిట్టా వెడుతో దిగాను'

"అంత ఆలోచించారా! యీ బీదవాళ్ళనిగురించి! నిజం గానా?"

'లోపలికిరండి మాది బీదవాళ్ళయిల్లు''

మగ్గం మీదసగం నేస్తున్న బట్టవుంది

''యిదే మా జీవనాధారం'

'చాలామంచిపని''

ఈరంగు బాగుందా? యింతకన్నా సన్నని నేత నేయ గలను నేను'

''ఎట్లా నేర్చుకున్నావు?''

''నేర్చుకోడమా! మానాన్న నేసేవాడు నాకు చిన్నప్పట్నించి చేతనవును'

పిల్లలు అతను యిచ్చిన వొస్తువులతో ఆడుకుంటున్నారు అతని చెల్లెళ్ళకి, తమ్ముల్లకీ ఇవ్వాలని కొన్న ఆటవొస్తువులూ, బొమ్మలూ అవి

'ఎంత దయవుందండి మీరు మామీద! ——మీకు ఆక లేస్తోందా?''

''లేదు''

'వేస్తున్నా యింట్లో యేమీ లేదులెండి అడగాలి కనక అడిగాను అంతే! కొంచెం పెరుగువుంది తాగడానికి''

''అక్కర్లేదు''

''ఐతే రండి మా పొలం చూద్దురుగాని పిల్లలు ఆడుకొంటూ వుంటారు''

అతన్ని తీసికెళ్ళి పశువులపాకా, తన రెండు గేదెలూ

మొక్కల దగ్గర ఇద్దరూ ఆగారు

ఒక్కొక్క మడిమీద యెంతపంట వొస్తుందో అవి యెంతకి అమ్మవొచ్చో తన నెట్లా ఆడదని మోసంచెయ్య చూస్తారో తనే వాళ్లని ఎట్లా చివరికి మోసం చేస్తుందో నిదానంగా చెప్పింది—ఎట్లా నన్నా అతనికి మనసులో తాను కొంతఆస్తి కలదానని తెలియచెయ్యాలని ఆ ప్రయత్నం ఆ బాటసారి తననుగురించి యేమనుకుంటే ఆమెకేమో !

నాయంత్రమౌతోంది ఆదడి కట్టేస్తే నేనువచ్చిన పని అవుతుంది ”

అలిసి వొచ్చారు, యీవాళేంచేస్తారు ? రాత్రికి వుండండి రేపుపొద్దున్నే కట్టవొచ్చు ” అని వొకగుక్కలో అనేసింది ఎందుకు? తనబిడియాన్ని దాచాలనా ?

“సరేలే, అట్లానే బావుంటుందేమో ! మధ్యాన్నానికల్లా కట్టేస్తాను మరిరాత్రికి చోటుంటుందా నాకు ? బైట చలి యీ కాలంలో ”

ఎందుకు ఆకొట్టంలో మంచంవేస్తాను జములుదుప్పట్లు న్నాయి మంచంమీద పక్కేస్తాను చలిలేకుండా యేమన్నా పైనకప్పుకోండి నాచేత్తో నేశినవి ”

ఇంటిగోడకి ఒకపటము వుంది

“ఆయనేనా, యేమిటి, మీఆయన ?”

“ఆ, యీచుట్టుపక్కలన్నల్లా దర్జాపురుషుడు అందరూ అదే

కీర్తనలు వాయిస్తాడు '

"మొన్న నాతో రాలా సుబ్రహ్మణ్యం—అతను బాగా వాయించగలడు అతను పూనా వెళ్లి నేర్చుకొచ్చాడు '

"ఆయన కోలాటం వెయ్యగలరు కర్రతిప్పారంటే పాతిక మందిని నిలబెడతారు"

"ఆహా, నిజమే ?"

'అవును పాతికమందేమిటి ? నలభై మందికూడా పారి పోవలసిందే"

'అమ్మో, చాలా కష్టమే''

' ఆయనపాటకూడా బలేపాడేవాడు అందరూ ఒకటే పిలుచుకుపొయ్యేవాళ్లు—కాని యేంలాభం ? వాళ్ళతో కలిసి తాగుడలవాటయింది ప్రతివాళ్లకి ఆయనంటె యిష్టమయ్యేను"

"మరిరాడేం ?"

'ఏమో యెంత దూరాన వున్నాడో! ఏంచేస్తున్నాడో !"

"మరి వుత్తరం రాయడేం ?"

' ఆయనరకమే అంత అందరిమోస్తరుమనిషి ఐతేనా ? వెళ్లేప్పుడన్నారు—ఏదన్నా వ్రాయవలసినంత విశేషం తటస్తే—నాకేగొప్ప అదృష్టంపడితే వ్రాస్తాను లేకపోతే లేదు—నువ్వేమీ బెంగ పెట్టుకోకు' అని"

"ఏమిటి ? అతను దేశాంతరాలు తిరుగుతోవుంటే, నువ్వూ పిల్లలూ యెట్లా బతుకుతారనుకున్నాడు ?"

పొయ్యేది అందరూ ఆయన్ని ఎలుచుకు పొయ్యేవాళ్ళు!"

ఇట్లాకూచుని యీయిద్దరు చిన్నవాళ్లూ సంభాషిస్తారు వాళ్ళ మాటలు యెవరువిన్నా బాధలేదు—యేమీ దుర్మార్గంలేదు వాళ్లమనస్సుల్లో

రాత్రి కొట్టంలో చుక్కమ్మ అతనికి పక్క వేస్తోంది కొత్త జములు దుప్పట్లు అతను బుజాన పెట్టుకొని వెళ్లాడు శుభ్రంగా వూడ్చింది నీళ్లు చల్లింది మంచమూ దుప్పట్లూ దులిపింది తలకిందయెత్తు, మంచినీళ్లు—అన్నీ తల్లివలె దయతో యేర్పాటు చేసింది యేర్పాటుచేస్తో మధ్యమధ్య యిద్దరూ కులాసాగా నవ్వుతారు, యే ఆదుర్దా, వ్యసనమూ, వికారమూ లేకుండా కాని అప్పుడప్పుడు ఆమె మౌనంగా తలవాల్చి, అతను మాట్లాడుతో వుంటె, అతని ముఖంవంక చూడకుండా వింటుండేది

పక్క వేసి ఆమె వెడుతూవుంటే అతను వెనకనే వెళ్లాడు ఆమెని వెళ్ళనియ్యడం అతని స్వాధీనంలో లేనట్టుంది ఆమె మీద ప్రేమ అంత అధికమయింది పొడిపొడి మాటలతో తడబడే వాక్యాలతో, సిగ్గుతో, తన హృదయంలో రహస్యం ఆమెకి తెలిసేటట్టు చేశాడు ఆమె చేతిని మెల్లగా పట్టుకున్నప్పుడు ఆమె అతన్ని అపార్థం చేసుకోలేదు తల వూయించి మృదువుగా నవ్వింది చిన్నవాడు—ఇంకా కుర్రాడు—అందమైనవాడు—బాల్యం నుంచి కాయకష్టంచేసి బతికిన మోటవాడు—అతని లాలన ఆమె అంగీకరించింది అతనితో బైటికి

దాకా ''

కాని వాళ్ళిద్దరూ మాట్లాడుకోవుంటే పిల్లలువూరికే కదులుతున్నారు ఆకొత్త కంఠశబ్దాలు రాత్రులు వినడం వాళ్ళకు అలవాటులేదు ఆడపిల్ల లేచింది 'యేమిటిఅమ్మా?' అంది

ఏంలేదు నిద్రపో ''

అక్కడకూచుని మాట్లాడుతోవుంటే పిల్లలకు నిద్రపట్టదు తలుపుతీసుకొని కొట్టంలోకి వెళ్ళారు కాని యేమీ జరుగలేదు తను బెజవాడ వెళ్ళివచ్చిన యీనెలదినాలూ ప్రతినిముషమూ ఆమెనే తలుచుకుంటున్నానని అతను ఆమె కళ్ళల్లోకి చూస్తో చెపుతో వున్నంతసేపూ ఒకరిచేతులు ఒకరు — వేళ్లువేళ్ళలో కలిపి కూర్చున్నారు పిల్లతనపుచేష్టలు! వెర్రిమనుషులు! కాని ఆనిమిషాలు యిద్దరికి యెంత మధురంగా వున్నాయి! అప్పుడప్పుడు అతను యెండిపొయ్యే తన పెదవుల్ని, నాలికనూ తడిచేసుకుంటున్నాడు తనకళ్ళనెత్తి ఆమెనుచూడ్డం అతని కసాధ్యమైనట్లయింది అతనిగుండె గాఢంగా కొట్టుకుంటోంది తనకి తానే ధైర్యం తెచ్చుకోడానికి బొంగురు కంఠంతో 'హుం'' అంటోవుంటాడు కాని అతనంత తొందరపడడం అనవసరమేమో! యెదురుగా కూచుని చిరునవ్వుతో వింటోంది అతని మాటలు ఆమెకికూడా అతనిమీద మమతలాగేవుంది అల్లానే కనపడ్డది—ఎందుకంటే వెళ్ళిపొయ్యేటప్పుడు అతన్ని ముద్దుపెట్టుకోనిచ్చింది మరిచూశారా ఆ సంగతి! [illegible] ముద్దు

స్యాన్ని లోకంనించి దాచుకోవాలని గావుల్ను అతనివుద్దేశ్యం!
మర్నాడురాత్రినించి కొట్టంలోనే కూచుని మాట్లాడుకునే వారు ఇంటోపలు లేవరా మరి! మాట్లాడుకోడానికి సంగతులు అంతంలేకుండా వుండేవి విసుకు విరామములేదు ఆ కబుర్లక యేదోవొకటి కొత్తగా తోస్తోనే వుండేది మళ్ళీతాను ఆమెదగ్గిరికి రావడానికై యెన్నికష్టాలు పడ్డాడో అతనుచెప్పాడు తమపడవలోంచి గుడిశదాపున దిగుతానన్నప్పుడు పడవలో ఒకతను— అవును, సీనయ్యతోటదగ్గిరా' అన్నాట్ట! 'సీనయ్యా' నే నెరుగుగును అతన్ని అని ఇంకోడు అన్నాడని చెప్పాడు
"అవును ఆయిన పేరదే! చూశారా! ప్రతివాడికి తెలుసు ఆయన! ఈచుట్టుపక్కలంతా ఆయనంటే ప్రాణమిస్తారు"
"సీనయ్యా మీఆయన! కైదులో వున్నాడన్నారు!"
'అయితే ఆయనకాదు — ఆపేరాయన యింకెవరో!"
"రాజమండ్రి జైలులోట"
"కాదుకాదు—ఆయనకాదు—ఎవరిసంగతో
"మొదట నేను యీ గుడిశెని యెట్లా గుర్తుపట్టగలనా అని సందేహపడ్డాను తీరా దాటిపోతే! చివరికి నువ్వు చూస్తో నుంచున్నావే — ఆ చింతచెట్టు జ్ఞాపకమొచ్చింది అదిగాక యింత చక్కనితోట యీ చుట్టుపక్కల లేదు"
"మీరూ అట్లానే అంటున్నారా? నే నెప్పుడూ అనుకుంటాను యింత అందమైనపొలం యీ పక్కనే లేదని"

అతను పొలంపని వారమైంది అతను వొచ్చి బావికి దడికట్టడం పూర్తిఅయింది కాని పాపం ఆడది యేపనీ సరిగాచేసుకోలేక వొదిలిపెట్టింది బలంగల మొగాడు చెయ్యవలసిన పనులు అక్కడ చాలా కనపడ్డాయి దళ్లుకట్టాడు, గట్టువేశాడు, తవ్వటం పెట్టాడు పొలం నిండా రాళ్లున్నాయి అతని వొక్కడికీ సాధ్యమయ్యేపని కాదంది చుక్కమ్మ "ఒక గడ్డపలుగు తెద్దూ, చూస్తాను" అన్నాడతను

ఇట్లా ఎన్నో విషయాలున్నాయి వాళ్లకి మాట్లాడుకోడానికి గడ్డపార లేదు—ఎక్కణ్ణించో యెరువు తెచ్చుకోవాలి యెవరి దగ్గరవుంది? వాళ్ళిస్తారా? పోనీ కొనడానికి యెక్కడ దొరుకుతుంది? ఎంతఖరీదుంటుంది? గుంటూరులో గాని దొరకదు చుక్కమ్మ గుంటూరు నెలకొకసారే వెళుతుందిట—అంతే ఈ అమరావతిలోను, అక్కడా గడ్డపారలమ్మవు రాళ్ళు మాత్రం వున్నాయి ఇట్లా వొకళ్ళే మాట్లాడుతారు

లావాటి కర్రతీసుకుని దాన్ని చెక్కి కొయ్య గడ్డపలుగు తయారు చేసుకున్నాడు ఒక్కొక్కరాయే తవ్వి దూరంగా పారేస్సి, ఆ గుంటలని మన్నుతో పూడ్చాడు ఒక్కొక్కరాయి నెత్తడానికి అతని బలంచాలదు గునపం చివర యిద్దరు పిల్లలూ వేళ్లాడతారు చుక్కమ్మకూడా కిందికితోస్తుంది ఇట్లా పొలం బాగుచెయ్యడం ఆ లేయెండలో, ఆ చల్లని గాలిలో, కష్టపడడం యెంతో ఆనందంగావుంది ఆ నలుగురికీ కూడా! ఓ కుటుంబం

యేముందా — అన్నం, దోసకాయిపప్పు, పెరుగు, బలమైన భోజనం ఇంకా యేమీ దొరకవే, అని దిగులు పడుతుంది చుక్కమ్మ ఆ గాలిని పీల్చడమే అదృష్టం ఆనీళ్ళని తాగడమే గొప్ప తన భోజన విషయమై ఆమె అంత శ్రద్ధనూపి ఆదుర్గా పడడం, తననికూడా కుటుంబంలో ఒకడిగా అన్ని పనులలోను కలుపుకోడం, భార్యాభర్తలైనట్టుగానే ప్రవర్తించడం, అతనికి చాలా సంతోషంగావుంది దారం చిక్కుతియ్యమంటుంది సామాను గదిలో కదుళ్ళకోసం పోయి, తాను తన తల్లికియ్యాలని తెచ్చిన పట్టంచు చీరెని సంచీలోంచితీసి నూలు దణ్ణెంమీద వేసి మాట్లాడకుండా వొచ్చి కూచున్నాడు

"నేను గుంటూరు వెడుతున్నాను"

"ఏమిటి! వెళ్ళిపోతున్నారా ?" అని శ్వాస ఆపింది

"కాదు కాదు ఓసారి వెళ్ళిరావాలి, కొంచెం పనివుంది పనిలోపని గడ్డపారకూడా తెస్తాను ఈ కొయ్యతో యింక పెద్ద రాళ్ళు కదలవు" ఆమె శాంతంగా వూపిరిపీల్చింది

"అసలు వెళ్ళిపోతున్నారని భయపడ్డాను"

అతనునవ్వి— 'నువ్వు తరిమేసిందాకా యిక్కడే వేళ్ళాడు తాను"

దిగులుగా తలవూయించి మాట్లాడకుండా కూచుంది

చప్పునలేచి "నేను తోవచూపిస్తాను రండి రాత్రికి అక్కడే వుండండి రేపు ప్రొద్దున రండి" అంది గుట్ట యెక్కారు

లేదు కాని ఆ యెత్తు యెక్కడంలో ఆమె బుజాలమీద చిన్న చెమటబొట్లు—ఆమె ఆయాసంవల్ల ముక్కులు తెరిచి, కళ్ళు వాల్చి—యెంత అందంగా వుంది ! ఏ మంచి చీరలూ జాకెట్లు వేసుకోకపోతేనేం అవ్వి లేవనే దిగులు లేదు ఆమెకు !

"అమరావతిలో ఆ పోష్టాఫీసు పంతుల్ని అడగండి నా కేమన్నా వుత్తరం వుందేమో"

మర్నాడు మధ్యాన్నమయింది అతను యింకా రాలేదు అతని బట్టలువుతికి ఆరేసింది మడిచి చక్కగా పెట్టింది వొస్తే వుండాలి యీపాటికి ఆ గదిలో దణ్ణెంమీద విలువగల చీరె వేసి వెళ్లాడు తనకోసమే ! అతని బిడియం తలుచుకున్నప్పుడు గుండె పట్టుకున్నట్టు వుంటుంది అతను వెళ్లిన తోవ వెంబడి ఆ గట్టవేపు వెడుతోంది—ఆ గునపమూ అవీ కొని తీసుకొనివస్తే కొంచెం, తోవలో సాయం చెయ్యవచ్చునుగదా అని సరిగా ఆమె ఆగుట్ట యెక్కేటప్పటికే దూరంగా వొకమనిషి వొస్తో వుండడం కనపడ్డది సర్వభద్రమే ! తొరగాదిగి నడిచి అతన్ని కలుసుకుంది ఒక గడ్డపారేకాదు అతను తప్పకుండా రావాలని కోరుకొంటోందా ? యేమో ! గొప్పబాధ యేమీ లేదుగాని, ఆ పొలం మధ్య ఆ సన్నని పెద్దమూటా ఒక బిందె పట్టుకొస్తున్నాడు

'అబ్బా ! యివన్నీ యేమిటీ ? ఏమిటీ ఖర్చంతా !" అంది

"ఏముంది ! ఈకాస్తకే ?"

పిల్లలకి అమూటలోంచి లడ్డూ, బిస్కట్లూ, తీసియిచ్చాడు ఆమెకో జాకెట్టు కొన్నాడు ఆమెకి గరిటెలు, పెనం ఎట్లా కని పెట్టాడో—ఇంటో యేవేవీ లేవో జాగ్రత్తగా చూసి కొనుక్కొచ్చాడు ఇల్లంతా ఆనందంతో నిండిపోయింది అందర్లోకీ ఆనందం అనుభవిస్తున్నాడు సర్వభద్రం స్నానం చేస్తున్నప్పుడు పొడె బట్టలు తీసుకుని అతని కంత దగ్గిరగా నుంచోడం అవసరంకాదు కాని బుజాన్ని ఆజుట్టు తగులు తున్నట్టుగానే వుంది అతనికి మధురమైన వృష్ణం వొళ్లంతా పరిగెత్తింది—శ్వాస ఆగింది అతనికి భోజనం వొడ్డించింది గాని అతను తినలేకపోయినాడు కొంచెం పులుసుతో తిని తను తెచ్చిన లడ్డే ఆమె వొడ్డిస్తే అవి తిన్నాడు ఆమె పెరుగు తేవడానికి వెళ్ళగా ఆమె తాగిన చెంబు తీసుకుని, అమె పెదవు లంటెనచోట, తన పెదవుల్ని వుంచి తాగాడు

బాగా రాత్రి పొద్దుపోయింది పడుకోకముందు వాళ్లిద్దరూ విచార మనుభవించాలని వ్రాసివుంది గావును!

"నా కేమన్నా వుత్తరం వొచ్చిందన్నారా ?"

"అవును వొచ్చింది ఇవ్వడంమరచి పోయినాను"

ఆపై దస్తూరి చూడగానే ఆమె ముఖం ముకుళించింది ఉత్తరంవిప్ప చటాలున—"ఆయన దగ్గిర్నించి" అంది ఆమె చదువుకుంటోవుంటే, సర్వభద్రమూ పిల్లలూ, ఆమెవంకనే చూస్తున్నారు మొదట ఆమె ముఖం భయంతో తెల్లనయింది

నాన్న వొస్తున్నారు తెలిసిందా ? మీ నాన్నగారు వొస్తు న్నారే పిల్లా !''

"మరి ఆ వుత్తరం రాజమండ్రి నుంచి వొచ్చిందే నేను చూచాను"

"రాజమండ్రి నించా ! కాదు—అవును అనేక దేశాలు తిరిగి రాజమండ్రి వొచ్చారట అవును బిళ్ళమీద వూరిపేరు ముద్రకొడతారుగా ! ఒక సంవత్సరం ముందుగానే వొస్తు న్నారు మీరు అమరావతి మీదుగా వెళ్లటం అదృష్టమే ఎందు కంటే ఆయన రాజమండ్రిలో కొన్నాళ్లువుండి కొంచెం అలవాటు చేసుకుని—అంటె అదే మన దేశాచారాలకి కొంచెం అలవాటై వొస్తారట'' అంటోనే అప్పుడే ఆగది అంతా తనకి తెలీకండా తానే సర్దడం మొదలుపెట్టింది సర్వభద్రం వొక్కడూ అట్లా నడుస్తో నదివొడ్డుకిపోయి కూచున్నాడు ఇంక ఇక్కడ తనకేం పని ? ఆ గడ్డపలుగెందుకు ? ఆ రాళ్లు తవ్వడమెందుకు ? పిల్లలు పడుసుని వుంటారనుకుని వెనక్కి వొచ్చాడు ఆమె బైలునే నుంచునివుంది

"మళ్ళీవోసారి చదివాను ఉత్తరాన్ని ఏనాడన్నా రావచ్చు రేపే వొచ్చినారావచ్చు''

అతను పడుకోటానికి వెడుతోవుంటే రోజూవొచ్చినట్టు ఆమె వెంటరాలేదు ఆమె పూర్తిగా మారిపోయినట్టుంది ఏవో తన ఆలోచనలతో మునిగి అతన్ని మరచిపోయినట్టేవుంది వెనక్కి

చంపక్కన కిందకూచుంది ఆమె వాలకం చూస్తే అతన్ని గాయ పరిచాననుకుని పశ్చాత్తాపంతో వచ్చినట్టు కనపడ్డది

"మీరంత విచారపడకూడదు ఏం చేస్తాం? విధి! మరచి పోగలరు మీరు—కొత్తగా యిట్లానే బాధగావుంటుంది గాని తరువాత అంతకష్టంగా వుండదు నేనా? ఇదివరకంతా యెట్లా వున్నాను అట్లానే వుంటాను ఆయన వెళ్ళిపోతే యెట్లా బతికాను! ఏదో ఆయన వంశానికీ, నా వంశానికీ కీర్తిగా వుండేట్లు ఆపిల్లలిద్దరికి ఏదో ఇంత ఆస్తి మిగల్చాలని బలం తెచ్చుకుని వున్నాను అట్లానే గడుస్తుంది కాలం ఎన్నాళ్ళు బ్రతుకు!" అంటూ ఎంతో వైరాగ్యం అతనికి బోధించింది సర్వభద్రం ఒక్కమాటా మాట్లాడలేదు

"అంతకన్నా ఏముంది? ఎట్లా జరగాలనివుందో అట్లా జరుగుతుంది కాని అకారణంగా మీరు నామీద చూపినదయకి—నాకు చేసిన మేలుకి—మీకెంతో పుణ్యముంటుంది"

"ఏం చెయ్యాలో నాకు తోచటంలేదు" అన్నాడు

'మీరా? మీకేం? నేనుకాకపోతే యింకోరు నన్ను కావాలంటే ఎట్లా? నేను పెళ్ళి ఐనదాన్ని ఇంకోరి భార్యను మీదాన్నెట్లా అవుతాను? వెర్రి! అట్లాంటి ఆలోచనలు మరిచిపోండి" అని వెళ్ళడానికి లేవబోయింది

అతని మనస్సు గాయపడ్డది అతని న్యాయాన్యాయ విచక్షణ పోయింది తనకి బాధ కలిగించిందనే ఆలోచనే లేనట్టుండే

మొగుడు వుత్తరం రాశాడో, లేదో తనని బైటికి లాగేసింది—తనని అతి నీచంగా మోసంచేసింది—ఐనా ఆమె కావాలి అతనికి

"నామీాద మనసులేదు" అన్నాడు

"వుంద! వుంది! అమ్మో నాకు మనసు లేదా? మిమ్మల్ని అందరికన్నా—మిమ్మల్ని ఎంత, యెంత, తలుచుకున్నాను! ఎంత అందమైనవారు మీారు!—ఎంత నిర్మలంగావుంటాయి మీా కళ్ళు! ఇంకేమి చెప్పమంటారు? ఏం చెప్పమంటారో చెప్పండి—చెపుతాను కాని మరి పరిస్థితు లెట్లావున్నాయో చూడండి—ఇంకేం లేదు మీారోపిల్లని చూచుకోండి చక్కని పిల్లని—ఏంచెయ్యను? నేను సంసారిని ఏంచెయ్యగలను?—మనకోళ్కా లెట్లా వున్నా—"

'పోనీ అతనువొస్తేనేం? నేనువుంటేనేం? వీల్లేదులే—లాభం లేదు"

' ఇక్కడా? వొద్దు"

"పోనీ యీా చుట్టుపక్కల—అమరావతిలో"

"వొద్దు వొ—ఆ ఆలోచనేవొద్దు ఆయన తప్పకుండా కనుక్కుంటారు."

"రా—ఐతే అతనిమీాదేవుంది నీ మనసు ఏం?"

"అవును కాని మీారు చేసిన వుపకారం మాత్రం నా జీవముండగా మరచిపోను"

భయం" అంది విచారంతో కుంగిపోయి అభిమానం గాయమై, ముఖం ఆమె రొమ్ముకి ఎదురుగా పమిటపైన దాచుకున్నాడు అట్లా కొంతసేపు కదలకుండా వున్నారు ఆమెగుండె గడగడ దడదడ కొట్టడం వింటున్నాడు! పమిట తొంచి ఆమె అతని తలని తన చేతులమధ్య గట్టిగా పట్టుకుని ముద్దెట్టుకుంది అతని నోటి దగ్గిరే, ఊపిరందకే "ఏం? నేను ధైర్యంచెయ్యలేనా?" అనుకుంది అప్పుడు ధైర్యంచేసింది అతని మీద మాతృభావం వల్లనో, జాలివల్లనో, ప్రేమవల్లనో, దేవుడికి తెలియాలి—అతనికి దోవజూపి ప్రవేశపెట్టింది వాళ్ళ వుద్రేకానికి పరిమితి లేదు

ఆ ఆవేశం అనేకగంటలు అనుభవించారు—ఒకరిమీద ఒకరికి తీవ్రమైన కాంక్ష, ఏమీ చాతుర్యాలు లేవు అతని కామం ఎంతకతీరదు ఆరదు ఆమె దయతలచమని అతన్ని ప్రార్థించలేదు ఒక్కసారికూడా! తెల్లగా కాంతివొచ్చిన తరవాత అతని దగ్గిర్నించి లేచివెళ్ళింది కాని యీ పరిస్థితివల్ల యిబ్బందులు యెక్కువైనాయి గాని, తగ్గలేదు కొంచెంసేపు నిద్రపోయినాడో లేదో, ఆమె తిరిగివొచ్చి లేపింది

'ఆయన వొస్తారని భయంగావుంది"

'రానీ' అన్నాడు నిర్భయంగా

"కాదు, కాదు ఆయన వొచ్చేప్పటికి నువ్విక్కడ వుండకూడదు"

ఆమెకోసం చేతినిజాచి ఆమెను దగ్గిరికి లాక్కున్నాడు మళ్ళీ

ముద్దుపెట్టుకోక తప్పిందికాదు—అంతకన్న మూర్ఖమైన పని లేదు

"అబ్బా ! ఎంతధూర్తుడివి ! ఏంగోల చేస్తున్నావు !"

వొప్పుకుంది ఇంకాబాగా యెండరాలేదు పిల్లలు లేవనే లేదు

సర్వభద్రం కొంచెం రొట్టెతిని వేడి అంబలి తాగాడు తన సంచి సర్దుకున్నాడు

"నేను వొచ్చినరోజు యీసంచి తేలిగ్గా తోచింది సామానులు తక్కువైనా మహాభారంగా తోస్తోంది ఇప్పుడు"

"గడ్డపలుగు తీసుకువెళ్లు"

"ఏమి ?"

"తక్కినవస్తువుల్ని నేనే కొన్నానంటానుకాని ఆపలుగు—"

పిల్లలు చెప్పరా, నాసంగతి ?"

'పనికి మనిషినిపెట్టుకున్నా నంటాను ఆ గడ్డపలుగుకూడా తీసుకెళ్లు"

"కాదు, దాంతో ఆ పెద్దరాళ్లన్నీ తవ్వించు మీా ఆయన చేల ఇదివరకు గడ్డపలుగు లేదని తప్పించుకుని వుంటాడు"

"సరే గడ్డపలుగు పనిమనిషిది, వొదిలిపెట్టి వెళ్ళాడంటాను"

శెలవ తీసుకుంటున్నాడు అమె పెదవులచుట్టు వొణుకు తోంది

"ఇంక యీ జీవితంలో మిమ్మల్ని చూడనుగావును"

'ఏమో ! నేను వుండాలని వుందా ?" అన్నాడు

దీపావళిపండగలకి కొత్తబట్టలన్నీ తెప్పించారు మార్వాడీ బట్టలకొట్లులో పని యెక్కువగావుంది ఖరీదు మార్కు చెయ్యడం, బేలులు విప్పడం—సద్దడం—రెండేళ్ళమట్టీ గుమాస్తాగావున్నా సర్వభద్రానికి అలవాటుకాలేదు పనిమీద శ్రద్ధవుండకపోవడంవల్లనో యేమో! గుంటూరు వచ్చినప్పుడు చుక్కమ్మా భర్తా బట్టలు యీ షాపులోనే కొంటారని ఆమె చెప్పింది జ్ఞాపకం వుంచుకొని, అక్కడే గుమాస్తాపనిలో కుదిరాడు రెండేళ్ళయింది వాళ్ళనిచూడలేదు సీనయ్యా వొచ్చి ఆమెతో కాపరం చేస్తున్నాడని తెలుసు సీనయ్యా పరదేశాలు పోలేదనీ, యిన్నాళ్ళూ రాజమండ్రి కైదులో వున్నాడనీకూడా తెలుసు నతనికి క్రమంగా చుక్కమ్మమీది ఆశ అట్టే బాధించటం మానినా ఆపని బాగానే వుంది అట్లానే వుండి పోయినాడు ఎన్నాళ్లావుంటాడో ఎక్కడికి పోతాడో, ఎవరికి తెలుసు ? అతనిదగ్గిర డబ్బుచేరింది మంచి బట్టలు కుట్టించాడు వేళ్ళకి వుంగరాలు, చెవులకి అంటుజోళ్ళు—చూడ్డానికి ఆస్తి పరుడిలాగు కనపడుతున్నాడు

దీపావళి నాలుగురోజులుందనగా గావును చుక్కమ్మా, సీనయ్యా వొచ్చారు అన్నిమైళ్ళూకూడా బండీ బస్సూ లేకండా నడిచేవచ్చారు చుక్కమ్మ బట్టనిండా, కాళ్ళనిండా, తెల్లటి రోడ్డు దుమ్ము జాకెట్టువేసింది బంగారుగాజులు, పైగా ఒకపిన్నూ పెట్టింది ఎవరినో కొత్తమనిషిని చూచినట్టుంది సర్వభద్రానికి

ఏ చలనమూ లేకండా చూచిన సర్వభద్రం, ఆకంఠం విన్నేప్పటికి తబ్బిబ్బులైనాడు ఏమేమి జ్ఞాపకము వచ్చాయో ! బాగా చూశావు తనిచ్చిన పట్టుచీరనే కట్టుకొంది 'ఆయన నౌకరు ?' అన్నాడు పెనిమిటి అని ఆమె చెప్పింది సీనయ్య క్రోధంతో నిండిన కళ్లతో అతనివేపు తిరిగి—"నేను లేనప్పుడు మా పొలంలో పనిచేసింది నీవేనా ? ఏంముట్టింది ?" అన్నాడు

'ముట్టడమా !"

'అదే అడుగుతున్నాను"

భోజనం'

'అవును భోజనము మనింటోనే పెట్టాను" అంది చుక్కమ్మ

'భోజనం ! వుత్తభోజనమేనా ?"

"అంతకన్న నేనడగలేదు అది దొరకడమే కష్టమని ఎంచింది కష్టదశలో"

సీనయ్య దానికి జవాబు చెప్పలేక భార్యవంక తిరిగి "ఏమిటి, యీమనిషి యేమన్నా పనిచేసి వుంటాడా ? చాలా షోకిల్లాలా గున్నాడే !" అన్నాడు

"ఊరుకోండి" అన్నది నెమ్మదిగా బట్టలు కొన్నారు సర్వభద్రం ఎల్లలు ఎలాయున్నారని కనుక్కున్నాడు

సీనయ్య అతనికి తెలిసిన మనుష్యులతో మాటలాడుతూ దూరంగా వెళ్ళాడు చుక్కమ్మ యింకా యేదో బేరమాడు

అన్నాడు

వెనక్కి చూసి— "బైటికి వెళ్ళివుంటారు—ఆ, సుఖంగానే వున్నాము"

"నేనీవూళ్ళో వున్నానని తెలుసా ?"

"నేను వెళ్ళాలి ఆయన వూరుకోరు"

"వుండు—విను—చుక్కమ్మా, రెండేళ్ళమట్టీ నువ్వు కనపడతావనే ఆశతో యిక్కడవున్నాను"

తల వూయించింది లాభంలేదన్నట్టు

"నీకివ్వాలని ఒకవస్తువును ఎన్నాళ్లనించో దాచివుంచాను"

"ఆయన సంగతి మీరు తెలుసుకుని వుంటారు అవునా ?"

"ఊఁ"

"కైదులో అందరికన్నా బుద్ధిగా వున్నారుట అందుకని శిక్ష సంవత్సరం తగ్గించారు అట్లా ఎవరికీ, యెంత గొప్ప వారికీ తగ్గించరుట !"

"అహా !"

"యిప్పుడైనా ఆతాగుడు మానితే—"

"ఎవరితోనో—ఆ గొల్లదానితో మాట్లాడున్నాడే యిందాక ! ఏమన్నాదాన్ని వలలో వేసుకున్నాడా ఏం ?"

"నాకు తెలిసినమనిషే ? అదేఅని ఏమిటి ? ఆయన వెంటబడేవాళ్ళలో యిదోగొప్పా ?" అంది గర్వంగా

"గంగలో పడనీ—ఇదిగో, యిది తీసుకో"

ఆమె చూడడం—అతనిమనసు చాలా బాధపెట్టింది ఎందుకూ కొరగానివాణ్ణి చేసినట్టయింది పీటమీద చతికిలపడి కూచు న్నాడు

"వొదిలేసాడు దాన్ని ఎవరితోనో మొగాళ్ళతోనే మాట్లా డుతున్నాడు ఏదీ? ఇందాకటి పట్టుజాకట్టుబట్ట చూపించండి"

బట్టలు ఒకటి తర్వాత ఒకటే చూపాడు ఖరీదులు చెప్పాడు పైగా ఒక్కమాట మాట్లాడలేదు వెళ్ళి పెనిమిటిని తీసుకొని వచ్చింది డబ్బు యివ్వడానికి ఆగినట్టు కనపడుతున్నా డతను అతనూ బేరమాడుతో మధ్య,

"నిజంచెప్పు నాయింటో నువ్వేం తప్పుపని చెయ్య లేదుకద" అన్నాడు

సర్వభద్రం మాటాడలేదు

"కానీండి, పోదాం" అంది చుక్కమ్మ

"నువ్వేబట్టలు కావాలంటావో చెప్పు"

"ఇది—"

"కానీవయ్యా! ఇది నాలుగు గజాలియ్యి నేనువొదిలి పోతాను నీగుండె స్థిమితపడుతుంది కాదా?"

సర్వభద్రం మాట్లాడలేదు

"పోనీ! యెంతయివ్వాలో అదన్నా చెప్పు"

చెప్పాడు

"ఖరీదుమాత్రం బాగానే తెలుసు కాని ఇంకేమన్నా అడి

గితే మాటాడకూడదూ ? నేలెనప్పుడు నాపనిఅంతా చేసి పెట్టాడుకదా ! కొత్తవాడా, ఏమన్నానా ?"

"డబ్బియ్యండి బొద్దెక్కుతోంది వెడదాం"

డబ్బిస్తో—"ఏమన్నా అపచారంచేశావా, చెప్పు" అన్నాడు

సర్వభద్రం యెవరితో బేరంచూపడం ప్రారంభించాడు

౮

సాయింత్రం అతను కాఫీతాగి వొస్తోవుంటే చుక్కమ్మా, యింకా యెవరో ఆడవాళ్ళూ పూసలదుకాణందగ్గర వున్నారు ఇంకా వెళ్ళలేదావాళ్ళు ! ఎందుకు ఆగి మాట్టాడ్డం ? ఏమీ లేదు మాట్టాడవలసింది ఏమీలేదు కాని ఆమె, అతన్నిచూసి, ఆగింది

"రాత్రి భజనవుందిట ఇక్కడే వుంటాం ఏమిటి అన్నారు యిందాక ? నాకేదో యియ్యాలని వుందనా ? కాని నాకు భయం నామీద దయ యింకాపోలేదు మీకు అదిచాలు నాకు నేను తీసుకోను నాకు ధైర్యం లేదు ఏమిటి యివ్వా లనుకున్నారు ? చెప్పరాయింక ! మీపటమేమో అనుకున్నాను"

"పటమిస్తే తీసుకోడం యిష్టంలేదా ?"

"వుంది కాని—"

"నాపటం కాదు నాఫోటో తీయించుకోలేదు"

"మీరు నామీద యెంతదయగావున్నారో దేవుడికి తెలియాలి"

మరిచావా ?"

"ఆయనొస్తారు" అంది చుట్టూ భయంతో చూస్తో

"ఐనతరవాత ఆపొద్దున్న నువ్వేమన్నావు ? జ్ఞాపకంలేదా, ఆదికూడా ?"

"ఏమన్నాను ?"

"నేనుఅట్లా నీతో వుండాలని వుందన లేదూ ?"

నిట్టూర్పు విడిచింది

"మరి ఆయన వస్తున్నారయ్యోను ! ఏంచెయ్యను ? మీ రక్కడ వుండటానికి మీ కెట్లావుంటుంది ? మనిద్దరికీ ఎట్లాసాగుతుంది—నేను వెళ్ళాలి"

"సరే—వెళ్ళు, నీ పెనిమిటి దగ్గిరికి సుఖంగా వెళ్లు" అన్నాడు హృదయం బద్దలైనట్టు

"మీరనుకున్నంత చెడ్డవాడు కాదు ఎందుకు—ఆయనతో చక్కగా మాటాడి స్నేహంగా జవాబు చెప్పవలసింది మీరు"

సర్వాభద్రం మండిపడ్డాడు

"నేను మీవాడికి సరీగా జవాబు చెప్పను నాకేం ? కానీ, నా చేతికి చిక్కనీ, వాడి పని తెలుస్తుంది"

"ఆ, ఆ, ఏమిటి ? ఆయనతో తగాదా పెట్టుకోరుగదా ! నాకు చాలా భయంగా వుంది"

"నాకు తెలుసులే, దొంగపోటున కత్తితో పొడుస్తాడని ! అందుకేగా బెదురుకు పోయినాడు"

"ఏమిటే, నీ మొగుడి సంగతి నీతో మాటాడుతో నుంచోడమే నా పని అనుకున్నావా ఏమిటి? యిదిగో వాడు నా కాలి వెం(ట్రు)కమాత్రం చెయ్యడు కావలి సే యిట్లా అన్నానని చెప్పు"

"చూడండి ఇదివరకటి దయే నామీద చూపాలి ఎందుకీ క్రోధం? నామీద యీ మమకార మేమిటి? తొరలో మీకు పెళ్ళి అవుతుంది నన్ను మరిచిపోతారు అదిగో వొస్తున్నారు" అని భయంతో తిరిగి వెడుతోంది

సీనయ్య ముందు వొస్తున్నాడు వెనక అతనితో వచ్చిన కాపువాళ్ళు మూటలు పట్టుకొస్తున్నారు అతను చుక్కమ్మకేసి వొచ్చాడు ఏమిటో ఆమెతో మాటాడి సర్వభద్రంకేసి దూకాడు రెండు నిమిషాల్లో సర్వభద్రం అతన్ని దవడమీదా, పొట్టలోనూ కొట్టి కింద పారేశాడు మూటలు పారేసి ఆ కాపులు చుట్టూ పోగైనారు వాళ్ళవాణ్ణి కొట్టాడని కోపాలొచ్చాయి కాని వాళ్ళకి సంగతి యేమిటో యింకా తెలీదు అదిగాక పట్టణంలో వారికి బెదురుగా వుంటుంది ఇదే వాళ్ళ వూళ్ళో ఐతేనా—చుట్టూ మూగారు సర్వభద్రం అట్లానే నుంచున్నాడు—సీనయ్య నవ్వాడు ఏమీ జరగనట్టు చుక్కమ్మ అతని బట్టనించి మొహంనించీ దుమ్ము దులిపింది "ఇంతటితో కాలేదు చూసుకో" అని వెళ్ళిపోయినాడు మర్నాడు బట్ట లమ్మతో వుండగా మళ్ళీ చుక్కమ్మ సీనయ్య వొచ్చి బట్టలు బేరమాడుతున్నారు కొంచెం సేపట్లో ఆ గొల్లపిల్లకూడా

ఆమె పెనిమిటి వచ్చేవరకూ, నెంరోజులపైన ఆమెయింటో తానువుండలేదా ? మరి అనుమానపడతాడనడం అన్యాయమా ?

"నిన్న రాంభజనకు నేను రాలేదుకద" అన్నాడు గొల్లదానితో సీనయ్య

"అవును రాలేదేం ?"

"ఆ వుంగరాలు పెట్టుకున్నవాణ్ణి అడుగు"

"అబ్బ ! తగాదా ప్రారంభమా ? వూరుకోండి" అంది చుక్కమ్మ

"తగాదా అయిపోయిందనుకోకు ముందుంది పండుగ" అన్నాడు సర్వభద్రంతో

"రండి వెడదాము"

"సరేలే ! నేను వాడిమల్లే శృంగారపురుషుణ్ణా ? ధనికుణ్ణా ? బట్టలషావులో గుమాస్తానా ? నాచేతికి వుంగరాలున్నాయా ? నేనేంలెఖ్ఖ నీకు !"

"అబ్బా ! వూరుకుందురూ !"

సీనయ్య మూట నెత్తుకుని, వెనక్కితిరిగి, "నాపాలందున్నేవుడుకూడా వాడికా వుంగరాలున్నాయా ?" అని వెళ్లాడు

x

కాలం గడిచింది ఓర్రాత్రి సర్వభద్రానికి నిద్రపట్టలేదు సీనయ్యా భార్యా వొచ్చారని విన్నాడు సర్వభద్రం బెజవాడ

వేల రూపాయలు నిలవచేశాడు అవి కొట్టుమీద పెడితే మార్వాడీ అతనికి భాగమిస్తానంటున్నాడు అతనికేం ! పగ్గా బావుంది తల్లిని చెల్లెళ్ళని తెచ్చుకోవాలి పెళ్ళి సంబంధాలు వస్తున్నాయని వ్రాస్తున్నారు కాని గుంటూరుస్కూల్లో చదువు తున్న ప్లీడరుకూతుర్ని చేపట్టున్నారు ఆరోజుల్లో ఆడపిల్లలకి మొగుళ్ళే దొరకటంలేదు శారద యాక్టువల్ల బి ఏ, లే కావాలి అల్లుళ్ళుగా అనేపట్టుదల పోయింది చుక్కమ్మసంగతి నిరాశచేసు కున్నాడు కాని వాళ్ళవార్తలు వొస్తోనే వున్నాయి అప్పుడప్పుడు ఈ మూడేళ్లూ బెజవాడ బ్రాంచిలో పనిచేస్తోవుండడంవల్ల మళ్ళీ వాళ్ళని చూడలేదు గుంటూరు రాగానే విన్నసంగతేమి టంటే—సీనయ్యావాళ్ళూ యీ శాటకమువల్ల చాలా యిబ్బం దులపాలైనారనీ, రెండు మూడుసార్లు సీనయ్య అతనికోసం వచ్చాడనీ—తాను వూళ్ళోవుంటే యేదో పెద్దతగాదా జరిగేదే అనుకున్నాడు ఇంకోసంగతి యేం విన్నాడంటే—నైజాములో సీనయ్య పినతాత వున్నాట్ట అక్కడ పొలాలు చవుకగా వున్నా యనీ, ఒక్క నాలుగువేలు పట్టుకువస్తే పెద్దపొలం కొనవచ్చనీ, అన్నాడుట సీనయ్య కుటుంబముతోసహా ఈదేశమే వొదిలి పోవాలని చూస్తున్నాట్ట కాని యీకబుర్లన్నీ సర్వభద్రాన్ని పూర్వంవలె అంతగా బాధపెట్టలేదు అతని ధ్యానం పాడు డబ్బుమీద, భాగత్వంమీద వుంది మర్నాడు సీనయ్యా భార్యా బట్టల కొట్టుకువొచ్చి వెళ్లారని విన్నాడు చుకక్కమ్మ కనపడు

చుక్కమ్మ తనకోసం వెతికిందా ? వాళ్ళిద్దరూ తగూలాడారా ? తనకోసం వచ్చిందా—వెర్రివూహాలు ! పెళ్ళిగాని సర్వభద్రానికేం తెలుసు స్త్రీహృదయం ? వెళ్ళిపోయినారో వున్నారో ? వెళ్ళారు నిద్రపట్టదెందుకు ? చుక్కమ్మా కారణం? తననిమరచి, వొదలిపోయి, సుఖంగావున్న చుక్కమ్మనే పట్టుకు వెళ్ళాడే తన మనసుని చూస్తే అతనికి చాల కోపంగావుంది కాని నిద్రరాదు ఎవరో తలుపుకొట్టుతున్నారు చుక్కమ్మే అనుకున్నాడు. ఎందుకో కనుక్కోవాలి కాని యింకెవరు ? తను మేలుకొని సిద్ధంగా వున్నట్టు యెందుకు తెలియచెయ్యాలి ? వెళ్ళి పడుకున్నాడు పైగా—చొక్కాతీసి—ఇంకా తలుపుకొడుతున్నారు సావకాశంగా లేచి తలుపుతీసాడు చేత్తో లాంతరు పట్టుకొని చుక్కమ్మ నుంచునివుంది వెనుక ఎవరూ లేరు "నువ్వా !" మాట్టాడకుండా లోపలికివచ్చింది తలుపు వేశాడు పక్కనే అతనిగదీ

"క్షమించండి పొద్దుపోయింది ఇప్పుడు నిద్రలేపాను — కాదు, యింకా పడుకోలేదే మీరు !"

"ఇంత పొద్దుపోయి వొచ్చావెందుకూ ? విశేషమేమిటి ?" బొడ్డులోనించి కాయితముక్కటితీసి చేతులో పట్టుకుంది

"మూడేళ్ళకిందటికన్నా లావైనారు చాలా అందంగా వున్నారు యిన్నాళ్ళు అద్దెకుతీసుకున్నారా—? ఎంత చక్కని గదో ? ఆమంచము యీదీపం, బల్లా—ఏం అదృష్టమండీ !

రంగా, ఆకర్షకంగావుంది ఏదో ఆవేశంతో వొణుకుతోన్న ఆమె పెదవులు యెంతో ప్రేమగొలుపుతున్నాయి. ఏంమాట్లాడ తాడు? పిల్లలెట్లావున్నారన్నాడు దగ్గిరికి లాక్కుని ఆమెను ముద్దుపెట్టుకున్నాడు ఆమె ఎంతో దయతో అతనిచేతుల్లో యిమిడి అతని రొమ్ముకి దగ్గిరగా కరిగిపోయింది

'చుక్కా" అన్నాడు పూర్వంమల్లే

'నాకు మీతో పనివుండి వొచ్చాను నామీద దయవుంచి వింటారా?'' అని చెప్పటం మొదలు పెట్టింది

ఎందుకొచ్చిందో, అతనిదివరకే వూహించాడు ఆమె వాల కమే చూపుతోంది కాని అతనిమనస్సు మాత్రంవేరే కార ణాలమీద పరుగెత్తుతోంది ఆపాలంలో బతకడం విసుకు పుట్టింది అమెకి తనతో వుండాలనివుంది ఏమైనాసరే తనతోనే, ఆజన్మాంతమూ వుంటానని అడగటానికి వొచ్చింది పిచ్చి కలలు—ఆమెమాట్లాడుతోంది తనఆలోచనలన్నీ కట్టిపెట్టితే మంచిది ఏమంటోంది? ఆమె, ఆమె కుటుంబము నైజాము వెడతారట అతను సహాయం చెయ్యాలి తమ స్థితి చితికి పోయింది వెడితేనేగాని బతుకు కష్టం అక్కడ బతికిపోతారు పిల్లలూ తనూ ఈనిరంతర దారిద్ర్యాన్నించి విముక్తి పొందు తారు వూళ్ళో తెలిసినవారి నందరినీ అడగడమయింది ఒకరూ దయదలచలేదు ఇంక తనకి అతని కంటె ఎవరు ఆప్తులు? ఆమె అడిగినట్టుండావే ఆమెకింత సహాయంచేశాడు ఒనాడు ఈనాడు

వ్యవహారం

ఇదంతా గుక్కతిప్పుకోకుండా చెప్పింది ఎక్కడన్నా ఆగితే, అంతావినకుండా, అతను మధ్యలోనే వీల్లేదంటాడేమో నని భయపడ్డది అతని చెయ్యిపట్టుకుంది

తాను చాలాధన వంతుడైనాడని, వాళ్ళకి సహాయంచెయ్యడ మంటే తనకు లెక్కగాదని, అనుకుని చుక్కమ్మ తనదగ్గిరికి రావడం, అతను చాలాగర్వపడ్డాడు కాని తలవూయించాడు

"సహాయంచెయ్యలేరా?"

"లేను"

"సరే, ఇంకేముంది? వొచ్చినపని అయింది" తన తల వంచుకొని ఆలోచనలో పడ్డది

"ఇప్పటిమల్లేనే యెందుకు ఉండకూడదూ? పరదేశాలు పోవడమెందుకు? నువ్వూ—నీనేతా—అతను—మరి అత నేమీపని చెయ్యడయ్యేను!"

"కాదు ఇక్కడ అందరూ అతన్నీ, అతని చరిత్రనీ యెరుగుదురు అతను జైదులోపడ్డసంగతి మరచిపోరు ఎవరూ మాకు సాయంరారు ఇంతకీ అతనుచేసిన అపరాధం ఏమీలేదు పైగా అది నాకోసమే చేశాడు కాని ఆసంగతి యెవరన్నా యోచి స్తారంటారా? మమ్మన్నెవరూ ఎరగనిదేశం పోతే తప్పక బాగు పడతామంటారు ఆయన అదిగాక ఇప్పుడాయన పూర్తిగా మారిపోయినారుకూడాను ఆసలు వస్తుతహా బంగారంవంటి

'ఆగడ్డపార యెన్నడన్నా చేతపట్టాడా, అదిచెప్పు ”

"లేదు అంతకన్నా చాల తేలికైన పనులు సులభంగా డబ్బు వొచ్చేమార్గాలు నేర్చుకున్నారాయన ఈదేశమే వొదిలి పోగలిగితే—”

"సరే వొంటరిగాపోయి సంపాయించుకోమను ఏమి?"

ఇంత అసహాయస్థితిలో వున్నా చుక్కమ్మ ఆలోచనలకి లోటులేదు చాల నమ్రతగా పాతివ్రత్యం వొలికేట్టు చెప్పింది

"వీలులేదు మరియింక బతికున్నంతకాలమూ పరదేశాల్లో గడిపితే పెళ్ళిచేసుకొని ప్రయోజనమేముంది? సుఖదుఃఖాలు పంచుకునేందుకేగా? నేనూ ఎల్లలూ, తనదగ్గిర వుండాలంటాడు న్యాయమా, అన్యాయమా, ఆయననేమాట? మేంలేకపోతే, ఏదో వొచిక్కులోకివస్తారు”

"నీవల్ల నిన్నువదలి బాధపడుతున్న యితరుల సంగతేమీ అక్కర్లేదు, అవునా? వాళ్ళెట్లాపోతేనేం! నీకేంలెక్క!”

"నాకు లెక్కలేదనకండి ఎప్పుడూ దిగులుపడతాను” అని అతనిమీద ప్రేమతో వొరిగింది "మీసంగతి తలుచుకొని విచారించని రోజేలేదు కాని ఏంచెయ్యగలనో తోచదు ఏంచెయ్యమంటారో చెప్పండి” చాలాసేపు వూరుకున్నారు "మీతోనేవుంటే ఎట్లావుంటుంది? అదిచాలా దోషమైనకార్యం మనం దాచలేము లాభంలేదు ఆవిషయం వీలులేనిఅలోచన”

"అయితే నువ్వనేది—నాకింక నువ్వుకనబడకండా దూరంగా

రసిక నవుతూ వుంటే, అతన్ని ప్రమీల ముద్దు పెట్టుకుని దూరంగా వెళ్ళింది

"తొందరా ?"

"కాదు ఆయనికి తెలుసు నేనిక్కడ వున్నానని"

"నిజమే! ఆతనికి తెలుసా నాదగ్గిరికి వచ్చావని ?"

'ఆయనే పంపారు చూశారా ఆయన మీరనుకున్నంత దుర్మార్గుడు కాదు"

"దుర్మార్గుడా! అంతకంటె అధముడు నీచుడు"

"కాదు ఏమంటే—పాపం, చాలాకుంగిపోయి, నిరాశలో పడ్డారు ఎక్కడా, ఎవరూకూడా, కొంచెం సాయంకూడా యివ్వలేదు మాతోట తాకట్టు పెడతామన్నా ఎవరూ లెక్క చెయ్యలేదు— చూడండి—యీకాగితం చదవండి—మీకే తెలుస్తుంది—ఆయనన్నారుకదా! నీకు తెలిసిన ఆయనేకదా! ఇంక కడపటి ప్రయత్నం—ఆయన్నడిగి చూడమన్నారు కాని అంతకన్న ఏమీజరగాలని ఆయన ఉద్దేశ్యంకాదు"

"ఆయన వుద్దేశ్యం ఏమైతేనాకేం—ఏమిటది ?"

"ఏమో!" ఎవరో వరండాలో నడుస్తున్నట్టు చప్పుడవుతున్నది భయంతో చుక్కమ్మ వింటోంది సర్వభద్రం లక్ష్య పెట్టలేదు

"అసలుసంగతేమిటంటే — నామీద నీకు మనసు తిరిగి పోయింది"

"మరి యింతకన్న ఏంచెయ్యను ? ముగ్గురు పిల్లలతోనూ —"

"ముగ్గురా యిప్పుడు !"

కళ్ళు కిందికివాల్చి "కొత్తపాప అతనిదికాదు" అంది నెమ్మదిగా బైటచప్పుడుఎక్కువ అవుతోంది మెల్లిగా తలుపు నెటు తున్నట్టూ, కిటికీలు తోస్తునట్టు తెలుస్తోంది ఏమైనా అపాయం కావచ్చు కాని ఆమాట విన్న తరవాత సర్వభద్రం యింకేమీ ఆలోచించే స్తితిలో లేదు

"ఎట్లా తెలుసు ?"

"నాకు బాగానే తెలుసు" అంది ఎక్కడోచూస్తున్న చిరు నవ్వుతో ఆలోచిస్తున్నాడు తీవ్ర గా తలుపు తడుతున్న చప్పుడు విని కోపంతో—"ఎవరు"అని అడిగింది చుక్కమ్మ

"ఎవరైతేనేం ? వెధవముండని యెవరురమ్మన్నారు దాన్ని ఈరాత్రి !" సర్వభద్రానికి పక్కయింటి కోమటామెతో కొంచెం స్నేహముయింది

"నీకోసం ఎవరైనా వొచ్చిందా ?"

"నాకు తెలీదు ఈ పక్కయింటి కోమటదనుకుంటాను,"

"కోమటిదా !" వెళ్ళిచూస్తాను ఇక్కడే కూచో—కన పడవు" వెళ్ళితలుపుతీశాడు ఎదురుగా సీనయ్య నుంచుని వున్నాడు

"ఏంలేదు — ఇంకావుందా, యిక్కడ నేను అప్పుడు మిమ్మన్నన్నమాటలన్నీ మరచిపొండి నన్ను క్షమించండి"

"ఎందుకా? ఇక్కడే వుందా అది? నేనుకూడా మీ పాదాల వద్ద ప్రార్థించాలని వొచ్చాను కాని నేను వొచ్చానని చెప్ప కండి వొక్కత్తా నీ మనసు కరిగించకలదో లేదో అని నేను కూడా వొచ్చాను.

"మళ్ళీవొచ్చిందాకా ఆంజనేయులు గుడిముందు కూచుని వుంటాను మేము చాలాఅవస్థలోవున్నాము మేంపోతాం దయచేసి సాయం చెయ్యండి ఆయిల్లూ, తోటా, పశువులూ, అన్నీ తాకట్టుపెట్టి కట్టుగుడ్డలతో పోతాం కాయితాలు పంపిం చాను చదివారా? మీకు చాలాలాభం! నేను వొచ్చానని చెప్పకండి దాంతో ఎవరోఅనండి నేను వెడుతున్నాను నా అపచారం క్షమించండి కోపం కడుపులోపెట్టు కోకండి, బాబూ—" అంటూ నక్కి, దిగి, వెళ్లిపోయినాడు

"వెధవ! నావొంటిమీద బట్టలు సరిగావున్నాయో లేదో చూడాలని వొచ్చాడు"అనుకుంటో లోపలికివెళ్ళాడు సర్వభద్రం

"ముగ్గురుపిల్లలా? ముగ్గురుపిల్లలనేనా అన్నావు"

"అవును"

"ఎప్పుడుకన్నావు?"

చెప్పింది "ఎవరు వొచ్చారు?" అని అడిగింది

"ముండని పంపించేశాను"

"నాకెంతో భయమేసింది—ఈమంచంవెనక దాక్కుందా మనుకున్నాను రాత్రులు వొస్తోవుంటుందా? ఇంకేం?"

ఏదన్నా పనివుండివుండాలి రా మరిఅవి విప్పేసి యిట్లాపడుకో—చూడు, ఎంత అందంగావుందో యీపక్క!"

తలనంచుకొని విచారంగా అట్లానే కూచుంది

"సరే— ఐతే నన్నువొదిలి దూరదేశం పోవాలనే ఆలోచన తప్ప నీ కేమీలేదు"

"నిన్నువొదిలా! కాదు నీతోనేవుండాలనీ, నాజన్మమంతా నిన్ను కనిపెట్టుకొని వుండాలని ఎంతోవుంది ఈశ్వరసాక్షిగా చెప్పుతున్నాను— మీరునమ్మరు"

ఆమెనిచూస్తే అతనికి దిగులువేసింది ఆమెకి అడిగినడబ్బంతా యివ్వడానికి వొప్పుతున్నాడు తనని వొదిలిపోవడానికి రెక్కలు తానే చేయించాడు అతను ఆమాట అంటోవుంటే తనకంఠస్వరమేనా అని ఆశ్చర్యపడ్డాడు అవును, ఆ డబ్బంతా యిచ్చేస్తే తాను జోగివిపోతాడు ఇంక భాగత్యము యిల్లులేదు, బంధువులు, పెళ్ళి, ఏమీలేదు మళ్ళీగుమాస్తాగా బతకాలి కాని ఆమెకేం? తాను వెళ్ళిపోతేచాలు తనసంగతి ఏమైతే ఆమెకేం! సరే తీసుకుపోనీ, వెళ్లి సుఖపడనీ, కష్టాలన్నీ తనే అనుభవిస్తాడు

"ఏం! తృప్తిఅయిందా? అన్నాడు

"అబ్బా" అని అరిచి అతనిమీదపడి గట్టిగా కావిలించుకుంది ఆమెరొమ్ము ఎంతగాఢంగా వూగుతుందోఅతనికి తెలుస్తుంది ఇదివరకన్నా ఎంతో ఆవేశంతో అతన్ని ముద్దుపెట్టుకుంటోంది కృతజ్ఞత, ప్రేమ, దయ, అన్నిటితోకూడినముద్దు

కానీ'' అన్నాడు

"లేదు, లేదు మీరేం చెయ్యమంటే అట్లానే చేస్తాను సహాయం చెయ్యండి చాలు'' అంది

"అదా సంగతి! దానికా! నేను సహాయం చేస్తానని చెప్పాను కదూ! ఇదుగో, నా డబ్బంతా తీసుకో యిస్తున్నాను' అని కఠినంగా అన్నాడు బల్లదగ్గిర కూచుని చెక్కు వ్రాసి ఆమెచేతి కిచ్చాడు

"చూసుకో''

"అక్కర్లేదు ఎంత ?''

"నువ్వేచూసుకో''

"కాదునాయినా! నువ్వే చెప్పు ''

"ఆరు వేలు''

"అమ్మో! అంతే! నీపేరు రోజూ తలచుకుంటాము నీకెంతో పుణ్యముంటుంది నీతల్లికడుపుచల్లగా! మాతోట చూచి ఎవరూ యింతడబ్బిస్తారనుకోలేదు మరికొంత నువ్వు వుంచుకోరాదా ? అంతా మాకెందుకు ?''

"తీసుకో, మాట్లాడకు'' అన్నాడు కఠినంగా ఇప్పుడైనా ఆమె మోహం చూపుతుందనుకున్నాడు కదలకుండా కాచుక్కూచున్నాడు కొంతసేపు ఏంలాభంలేదు దానిబదులు ఓకాయితమిచ్చింది, చదువుకోమని — తెల్లారి రిజస్టరి చేస్తానంది

"రిజస్టరూ అక్కర్లేదు—ఏమీ అక్కర్లేదు '' అని ఆశతో

నిమిషం —" కాని యింకా ఎక్కువగా ఏడుస్తోంది నేలమీద కన్నీటి చుక్కలు పడుతున్నాయి తనకిష్టమైనట్టే తను కోరుతున్నట్టే, కనపడాలని నటించడానికి ప్రయత్నించింది

సర్వభద్రానికి చాలా బాధకలిగింది లేచాడు ఆ బట్టలు ఒకచేత్తో తీసుకుని, ఆమె చేతినిపట్టుకుని లేవనెత్తి— "తొరగా — చెక్కు తీసుకుని వెళ్ళు పో నిన్నేమీచెయ్యను వెళ్ళు"

అతనితో మోహంగా మాట్లాడి, అతని మనసు తనకోసంగా మార్చాలని చూసింది కాని అతనే ఆమెకి బట్టలు వేస్తున్నాడు తొరతొరగా!

చెయ్యిపట్టుకుని వరండాలోకి తీసుకొచ్చాడు

"నాచేతకాలేదు మనసొప్పలేదు" అని యేడ్చింది

"చాతకాలేదా ?"

"లేదు ఈరాత్రివొద్దు"

"చాతకాలేదా ? ఆ — అంతానిశ్చయించుకొనే వొచ్చావన్నమాట"

"లేదు నేను వొప్పుకున్నాను కాని ఆయన మీ దగ్గర పడుకుంటే మీరు వొప్పుకుంటారని నన్ను బలవంతపెట్టి పంపారు"

"మరి యీ సంగతి ముందే ఎందుకుచెప్పలా నాతో"

లేదన్నవాణ్ణి తంతానని బెదిరించి చేరాడు తంతానన్నాడంటె తన్నితీరతాడని, అందరికీ తెలుసు అతను చేరింతరవాతనైనా అతన్ని మాలో ఒకణ్ణిగా చేర్చుకోనేలేదు అతనివైఖరిమాత్రం, 'మీ రెంతవెధవలో నాకు తెలుసు పంతానికి చేరానుగాని, మీరు నన్ను అంగీకరించక పోవడమే నాకు మర్యాద' అన్నట్టు తిరిగేవాడు

అతను గొప్ప రౌడీ కావడమే కాకుండా, తనతండ్రి దమ్మిడీలు లెఖ్ఖపెడుతో, సౌఖ్యాలు వొదలుకొని వెట్టి చాకిరీ చేసి కూడబెట్టిన గొప్ప ఆస్తిని ఒక స్త్రీకోసం—అందులో అందంలేని రోడ్డు వేశ్యకోసం తగలేశాడని,ఇంక మిగిలిన కొంచెమూ, మోటారులో ఆమెతో తిరిగే సరదాకోసం సరి పుచ్చుతున్నాడనీ తెలిసింది పిసినారి అని బతికి వున్నన్నాళ్లూ తిట్లుతిన్న అతని తండ్రి, ఇప్పుడు పబ్లిక్ సింపతీని సంపాయించాడు ధనం భద్రంచేసుకుని, తక్కిన అల్లరు ఎన్నిచేసినా లోకం గౌరవిస్తుంది ధనం వున్నప్పటి అతనిగర్వం ధర్మంగా కనపడ్డది గాని, ధనం తరుగుతున్నకొద్దీ, అతని ముఖంలో గర్వం, సంతోషం, మనుషుల్నిచూసి అల్పభావం ఎక్కువవుతున్నాయి!

"ఏంచూసుకుని ఆ బోర్లపడడం ?"

'దాన్ని చూసుకునేమో ?"

బంతి పువ్వులూ—"

"తాను వొలిచింది———"

శీతారామయ్య వొస్తున్నాడు వూరుకున్నాము

శీతారామయ్య నాకత్యంత ప్రియమిత్రుడు క్లబ్బుకి వెళ్ళడమంటే కలిగే సంతోషములో సగం అతన్నిచూసే ఆశలోనే యుండేది కాని తనతండ్రి దమ్మిడీలు లెక్కపెట్టి సౌఖ్యాలు వదలుకొని వెట్టిచాకిరీ చేసి కూడతీసిన ఆగొప్ప ఆస్తిని ఒక స్త్రీకోసం తగలేశాడని, యింక మిగిలిన కొంచెమూ, మోటారుకారులో తిరిగే సరదాకు సరిబుచ్చుతున్నాడని అనేవాళ్ళు క్లబ్బులోకాని, ఆస్త్రీ యెవ్వరో, ఎటువంటిదో నాకు స్నేహమైన సంవత్సరానికి గావును, అతను క్లబ్బుకురావడం మానాడు జబ్బుగా వుందన్నారు వూరువిడిచి వెళ్ళాడు తరువాత తిరిగివచ్చాడనీ, అతని జబ్బు క్షయ అన్నారనీ, తెలిసింది అతని మేడ, కారు, వేలంపడ్డాయి వూరివెలపల ఏదో గుడశెలో కాపరమున్నారని తెలిసింది అతన్ని వెళ్ళి చూడాలనుకున్నాను కాని అదివరకెన్నడూ అతనియింటికి వెళ్ళలేదు అతని కిష్టముంటుందో లేదో, అందులో సరైన మర్యాదకాపరంకూడా కాదయ్యేను, అని వెళ్ళడం మానుకొన్నాను కాని వారం రోజుల్లోనే అతన్ని చూడడానికి రమ్మని కబురువొచ్చింది యింక డాక్టర్లైన తరువాత నా యిష్టంతో పనేముంది ?

అనిపించింది యింటిముందర పూలమొక్కలు, తడికలకు అతికించిన పూలకాయితాలు, చిన్నపటాలు అద్దకాలపరజాలు, రోగిమంచందగ్గర కొమ్మలు పూలు, అలికి ముగ్గువేసిన నేల, శుభ్రత అన్నీ నాకు ఆహ్లాదాన్ని కలిగించాయి అమెవొచ్చింది తలెత్తి ఆమెవంక చూడగానే తెలిసింది నా అంతరాత్మకి నా జీవితంలో శాశ్వతమైన పదచిహ్నాన్ని వదలగల వకగొప్ప నిమిషం తటస్తమయిందని ఆమెలో అందంలేదు పెద్దకళ్ళుకావు, కోల ముక్కులేదు, గొప్ప అవయవాలులేవు, ఆకర్షించే వక్షంలేదు కాని యేదో శుభ్రం, పవిత్రత, పాతివ్రత్యం, శోభ, ఆమె నావరించి వుంటుంది ఆమె ముఖంలోని చిరునవ్వు పిలిచి స్నేహం చేసుకుంది నన్ను లోకమంతా వొదిలి యిక్కడ వుంటే నేమని అప్రయత్నంగా తోచింది ఈమెవల్ల అత నిదివరకెంత ఆనందాన్ని పొందివుండాలో యీామెకాంతితో చిరునవ్వులతోటి తన గృహము, హృదయము యెంత గొప్పగా వెలిగివుంటాయో అనుకున్నాను రాత్రింబవళ్ళు యీామెపక్కన వుంటే, రోగినై మంచంమీాద పడుకొనివుంటే నేం ?

ప్రతి వుదయం నేనా గుమ్మములో కాలు పెట్టడంతోటే పారిజాతపువ్వువాసన, వెన్నెల మెత్తదనమూ, ఆకాశవిశాలత్వము తోచేట్టు, ఆమె శాంతమైన చిరునవ్వు కళ్ళలోని దయ నన్నావరించేవి అక్కణ్ణించి, కదలి వూళ్లోకివెళ్లడం తలుచుకుంటే, కణ్వాశ్రమంనించి, డ ~ శాకి ~~~~ (వెసెంచనంలాగుండేది ఆ

వీటిలోంచి అరాత్తుగా గంధ ద్వారం తెరుచుకొని శీతలఛాయ లతో ఆహ్వానించే సుందరారణ్యంలోకి వెళ్ళినట్టుంటుంది విశాల మైదానముపైని నిర్మలాకాశాలు, నీలంగా తళతళలాడే చల్లని తేటనీటి సరోవరాలూ, పెద్దవైన తెల్లని పద్మాల రేకులూ స్ఫురణకు వొచ్చి హృదయం చెప్పరాని బాధతో కొట్టుకొంటుంది మనజన్మ సార్థకము చెయ్యగల ఆ సుందర విహారాలన్నీ వొదిలి అక్రమమూ, అసహజమైన మన సిగరెట్ జీవితాలతో అసంతృప్తి కలుగుతుంది యెన్ని పూర్వజన్మాల వాసనో పూర్వయుగాల్లో అనుభవించి సహజజీవనపు, నిగూఢ జ్ఞాపకమో, యీ కాఫీహోటళ్లూ డబ్బు నేగేసే రోగులూ, ప్రేమ లేక కులాసాగా మాట్లాడేక్లబ్బు స్వార్థస్నేహితులూ, ఐడో ఫారం కంపులూ అన్నీ పోయి పొలాలమధ్యనో, చెరువుగట్లనో, పర్వతాగ్రాలనో నివసించాలని ప్రోత్సహించే రూపం ఆమెది

ప్రొద్దునే ఆమె మొఖం దర్శనంచేసింతరువాత దినమంతా నాశక్తులన్నీ కృశించేవి యేదిచూసినా అసంతుష్టి, యెవర్ని చూసినా విసుగు యీశ్వరుడి దివ్యమంగళ విగ్రహాన్ని చూసి, ఆ ఆనంద మనుభవించిన భక్తుడికివలె యీలోక సౌఖ్యాలు అల్పమనిపించాయి యెవరు డబ్బు చేతిలో పెట్టినా, యెవరు కృతజ్ఞతతో నమస్కారాలు పెట్టినా వ్యర్థమనిపించింది నాకీర్తి గాని "చెక్‌బుక్" గాని నాకేమీ సంతుష్టి నివ్వలేదు దినంలో యెక్కడ పువ్వుల్నిచూసినా ఉదార కార్యాలసంగతి విన్నా,

రాత్రి ఆమె నన్నంగీకరించినట్టూ, నా హస్తాల్లో ఆమెను అదుపుచేసుకున్నట్టూ భావించుకొని చూశాను వెంటనే నాపైని, నా తుచ్ఛకామంపైని, పరమాసహ్యం కలిగింది మంచివాసనలతో మెత్తని రంగులతో నవ్వే గులాబిపువ్వుని యెంగిలిముద్దు పెట్టుకున్నట్టే చల్లని నిర్మలమైన చందమామను వేడినిశ్వాసాలతో కావిలించుకున్నట్టే శుభ హృదయ తేజస్సులో బూతులు మాట్లాడినట్లుంది ఐతే నన్ను విడవని యీ వెర్రివేదనకి అర్థం యేమిటని ఆలోచించాను, కాని ఆ సమస్యకి అంతం కనపళ్లేదా రాత్రికి అందమూ, యవ్వన ప్రారంభమూ, లేని ఆమెవల్ల యీబాధ అసహజమైన భ్రమ, విపరీతమైన మాయ దాని నుంచి తప్పించుకోవాలి మనసులో ఆమెని 'ఎనలైజ్' చేసుకుని కాంక్షించవలశిన కారణమేమీ లేదని నా మనసుకి నేనే గట్టి సమాధానం చెప్పుకుని ఆరాత్రికి నిద్రపోయినాను మర్నాడామెని చూడగానే, ఈమెలోని ఆ ఆకర్షణకి కారణం కనిపెట్టాలని వెతికాను ఎందుకిట్లా హృదయాన్ని కలవరపెడుతూందని నెమ్మదిగా చూచి ఆమెకళ్లల్లో శాంతమైన సరస్సుల్లో ప్రతిఫలించే ఆకాశం కనపడ్డదో, యెగిరేపక్షుల వొొచ్చిరాని నడక ఆమె గమనంలో తోచిందో, వొొత్తుగా పెరిగిన గడ్డినీడలు, ఆమె కుంతలాల గుబుర్లలో కలిగాయో, దూరపు పర్వతాల నీలపు నునుపు వానలు కడిగిన గాలిపరిమళం, ఆమె దేహకాంతిలో కరిగినట్లుందోగాని, చూసినకొద్దీ, ఆలోచించినకొద్దీ, వలలో కొట్టు

పాదాలపైన పడి కన్నీళ్ళతో—యే మడగను, యేమిటంటే యేం కావాలంటే, యేమ చెప్పను? నాకే తెలీదే! ఒక్కటి మాత్రం రూఢిగా నిశ్చయ మయింది ఆమె నాతో వుండాలి, నా యింటిని పువ్వులతోటి, కాంతితోటి నింపాలి అంతవరకు నా వాంఛ స్పష్టము ఆమెనుంచి దూరంగా జీంవిచడం దుర్భరం కాని యెట్లా? యెవణ్ణో వొదిలి శీతారామయ్యతో వుండగా లేనిది, అతన్ని వొదిలి నాతో నివసించ కూడదా? కాని నేను సంఘుంపట్ల ఆ సాహసాన్ని చూపగలనా? పోనీ ఆ కుటీరం లోనేవుంచి రహస్యంగా—ఛీ—ఛీ— నా మనస్సు తిరుగ బడ్డది పోనీ ఆమెను వేరే కాపురముంచి—వొస్తుందా?— యిట్లాంటి మనుష్యులు, డబ్బుకే అమ్ముకుంటారు దేహాన్ని, ఆత్మనీ శీతారామయ్య యిప్పు డామెకి మహాభారం కాని ఆమెనిగురించి అట్లాంటి ఆలోచనలుచేసిన పాపానికి నా నాలిక కోరుక్కున్నాను నా గుడ్డితనానికి, అహంభావానికి నామీద నాకు చాలా కోపం వచ్చింది అతని బాధను తగ్గించినందుకై నేనే మడిగినా యివ్వదా అనిపించేది కాని నమ్మిన నానించి అట్లాంటికోర్కి రాగానే ఆమెకళ్ళు కష్టంతో కిందికి వాల్చ డమూ, మెల్లిగా మొహంలోనిదయ మబ్బులవలె కరిగి కోప కాంతి చంపల్ని ఆవరించడమూ, ఒక్కమాట లేకుండా మెడ తిప్పుకొని పెదిమ కొరికి యేం చెప్పడమో తెలీక ఆమె వెళ్లి పోవడమూ తోచి నన్ను బంధించేవి

వొంటింటో యెవరితోనో మాట్లాడుతూ వుంటే, నేను వినవలసి వచ్చింది ఆమె యెవరికో చీరెను యెనిమిది రూపాయల కమ్మింది ఆకొన్నాటిచీరెను నేను చూశాను కొత్తది యాభై రూపాయలుంటుంది దానికి కొంచెం చిరుగుంది దాన్ని తీసుకుని రూపాయలిమ్మని వాడు పోట్లాడుతున్నాడు ఆ రూపాయలు ఖర్చుఅయినాయి, లేవని యీామె అంటోంది నేను నిశ్చేష్టితుణ్ణయిపోయినాను యింటికి వెళ్లి కవరులో యాభై రూపాయలు పెట్టి తీసుకోమని బతిమాలుతూ, శీతారామయ్యకు పంపాను మర్నాడు వెళ్ళగానే ఆ రూపాయలు నాచేతులో పెట్టింది మాట్లాడ్డానికి చేతకాక నేను వెళ్లిపోయినాను

"ద్రాక్షపళ్ళు, ఆపిల్సు యిచ్చితీరాలా" అంది ఆమె కష్టంతో మర్నాడు

"తప్పదు యింకా యివ్వాలి మీా స్తితి చూసి చెప్పక పూరుకున్నాను" అన్నాను నోరు జారి

"అట్లా అనుకోకండి యివ్వవలసినవన్నీ చెప్పండి పరవా లేదు" అంది

ఈ కళ్లతోనే ఆమె క్రమంగా చిక్కిపోవడం అసహాయంగా చూశాను భోజనం మానేస్తోందని తెలుసు ఎప్పుడూ వికాసంగా వుండే ఆమె మొహం కొంచెంగా వాడింది ప్రియుడి జబ్బు లోనూ, కాలుస్తున్న దరిద్రంలోనూ శాంతంగా ఆనందంగా తిరుగుతూవున్న ఆమె నడక కొంచెం మందగించింది గర్వంగా

వృధాగా రావడం ?" అంది రోగి మూలిగి నావంక చూడక గోడవేపు తిరిగాడు యేంచెయ్యను ? "సరేలెండి కాని, శీతా రామయ్యగారితో కొంచెం మాట్లాడి వెడతాను" అన్నాను ఆమె వెళ్ళింది

"నాదికాని వ్యవహారంలో జోక్యం గలుగజేసుకున్నందుకు క్షమించండి నన్ను వైద్యుణ్ణిగా గాక స్నేహితుడిగా చూచు కోండి మీకు యింకా నెలలకొద్దీ వైద్యసహాయం అవసరం నా దగ్గర్నించి వుచితంగా తీసుకోక పోయినా, బాకీకింద చూసు కోండి కాని, మందు మానితేమాత్రం తప్పకుండా మొదటి స్తితికి వస్తారు "

అతని కళ్లంబ నీళ్ళొచ్చాయి

"నా భార్య వొప్పుకోదు ఇంక రాకండి మందు పంపకండి "

యింటికి వెళ్ళి ఆలోచించి వరసగా నాల్గురోజులు నాల్గు పదిరూపాయలనోట్లు పేరు లేకుండా పోస్టులో పంపాను

౪

పదిరోజు లయింది చే నా యింటివైపు వెళ్లి చేతి దూరంలో వున్న చల్లని కొబ్బరితోటలోకి వెళ్ళడం చేతకాక, యెండలో కాళ్ళు కాలుతూ గంతులువేస్తున్న ట్టుంది నా జీవితం ఆమె త్యాగాన్ని తలుచుకున్నప్పుడు నా మామూలు వుదారాన్ని, ధర్మాన్ని తలుచుకుని, అంత నీరసవుపనులు చేసినందుకు నాకు సిగ్గేసింది గుండె నిబ్బరించి చేసుకొని యిటూ అటూ చూడక

ఎందుకొచ్చింది ? సుఖంగా భోజనంముందు కూచున్నప్పుడు కాళ్లు కడుపులో పెట్టుకొని పడుకున్న ఆమెశీలం జ్ఞాపకంవొచ్చి తిండ సహించదు చీట్లపేకతో క్లబ్బులో కాఫీ తాగుతో కాలం గడపే సంతోషసమయాన రాత్రింబవళ్ళు నిమిషం శాంతి నెరక్క చాకరి చేసే ఆమె వ్యర్థత్వం జ్ఞాపకంవచ్చి పేక పారేసి లేచేవాణ్ణి ధీరత్వాన్ని, దేశసేవను, త్యాగాన్ని పొగిడితే నాకు సిగ్గయి ఆమెసంగతె చెప్పాలని నోటివరకు వచ్చేది ఒకసారి క్లబ్బులో కొంచెం కదిపాను వెంటనే పార్వతీశం, "అదిరా— శీతారాముడి ముండేనా, దాన్ని సాటి తీసుకొస్తున్నావు అవును యీమధ్య నువ్వు 'ట్రీట్'—

'మటప్' అన్నాను కళ్ళెర్రజేసి

తరవాత యింక ఆ ప్రస్తావన రానేలేదు కాని క్లబ్బులో మాత్రం మనుష్యు లామెను మరచిపోలేదు

"యింకా వాడితోనేవుందిరా ? అడుగుబొడుగు యింకా మూటకడుతోంది గావును ? యింతవరకు క్షవరం చేసింది రోగాన్నంటించింది యింక వదలకూడదూ, వాడి పీనిగని కళ్ళారా చూసి కాని వదలదు"

ప్రజల హృదయాలిప్పుడు శీతారామయ్యకోసం ద్రవిస్తున్నాయి

రాత్రులు కూడా పక్కన పడుకుని ప్రాణాలన్ని బైటికి దగ్గే ఆ నిర్భాగ్యుడి ప్రతి ఆయాసంలోనూ, తన ప్రాణాలు పోయ్యేట్లు

పువ్వులూ, పొట్లపువ్వులూ అందంగా కనపడ్డాయి ఆమె కుటీరం బైట నుంచునివుంది నన్ను చూడగానే యెందుకు మళ్లీ వొచ్చావన్నట్టు చూసింది

"వూరికే స్నేహానికి చూడ్డానికి వొచ్చాను —దీ యిష్టం లేకపోతే వెళ్లిపోతున్నాను"

చప్పున నా చెయ్యి పట్టుకొని ఆమె, "మీరు రావడం మానేసిం తరవాత యెంతో వంటరిగా వుంది ఆనందం కలిగించే అరగడియ కాలమూ జీవితంలోంచి మాయమయింది తప్పకుండా రాండి ప్రతిరోజూ రండి యిట్లా—సాయంత్రం—" అంత మాట్లాడేనని చప్పున ఆగింది కళ్ళంబడి వొచ్చే కన్నీటిని ఆపుకొని అవతలకి తిరిగి లోపలకి వెళ్లింది శీతారామయ్య దగ్గిర అరగంట కూచున్నాను అతను అలిసి కళ్లు మూసుకోగానే, నన్ను బైట కుర్చీవేసి కూచోపెట్టి కాఫీ ముందర పెట్టి నుంచుంది

"మీరు కూచోరా"—కింద నాపరాయిమీద కూచుంది యెంతో వొడిలిపోయింది బుగ్గలు కిందికి వేళ్లాడాయి కళ్ళచుట్టూ నల్లటి లోతులు కనబడుతున్నాయి పాప మీామె కెట్లా సాయంచెయ్యటం ? నేను పంపిన నోట్లేమిచేసిందో, వుపయోగించినట్లు కనబడదు యిదివరకటి ప్రాభవంలో తా నెరిగిన ధనవంతుల సంగతి మాట్లాడుకుంటూ, ఆ సాయంత్రపు గాలిలో కూచున్నాము ఆమె నాదగ్గిరిగా, నావంక ప్రేమతో చూస్తూ పక్కన కూచుంటె చాలదూ శుష్కించిన ఆమె దేహంగాని,

"చివరికి మీకు పువ్వులన్నా తెచ్చి యివ్వాలనుకుంటాను కాని కోపమొస్తుందని భయం"

"అవమానమంటే సహించలేను"

"అవమానమేముంది ?"

"నన్ను లోకువకట్టడం"

పెదిమ వొణికింది యేపూర్వానుభవాలూ, కళ్ళు కనపడని పురుషత్వమూ, అహంభావంతో నిండి యేపశువులు కలిగించిన అవమానాలూ, యీామెనింత 'సెన్సిటివ్' చేశాయి ?

"నేనెన్నటికీ మిమ్మన్ని అవమానంచెయ్యను మిమ్మన్ని చూశినప్పటినించి నా హృదయంలో కలిగిన పూజ్యభావమే నేను తెలియజేయ గలిగితే !——"

"మీరునన్ను "మీ" రన్నప్పుడే తెలిసింది"

పాపం యీాహృదయం, యీామలిన ప్రపంచంనించి, యెంత బాధపడ్డదోకదా యీా అభిమానమెంత గాయపడ్డదోకదా సన్నని వెన్నెలలో ఆమె సెలవుతీసుకొని ఆనందంతో తృప్తితో యింటివేపు నడిచాను అ మృదువైన వెన్నెట్లో యీాసస్యాలూ, నీళ్ళూ, కీటకాలు తృప్తినిపొంది ఆనందంతో విశ్రాంతి తీసుకున్నట్టు కనపడ్డది నా జీవితానికి అర్థమూ ఫలితమూ, పొందినట్లయింది నాకారాత్రి

౬

ఆనాడు ఆశ్వీజ పౌర్ణమి నేను వెళ్ళేటప్పటికి అతనికి వ్యాధి

"అంత అవసరంలేదు యీాకా సేవన్నా—" ఆగింది—

"సాయంత్రమిట్లా మీతో మాట్లాడ్డం అలవాటయింది, బద్ధకో మెక్కువయింది మీామూలానే"

అతనికింత జబ్బుగావున్నా ఆమెముఖంలో కొంచెం వేదన లేదు, ప్రేమ తప్ప ధీరత్వమా, అతనిపైని నిజంగా ప్రేమలేక విధ్యుక్తమనే భావంతో పరిచర్య చేస్తోందా ? కాఫి తెచ్చింది యెన్నాళ్ళనించో అనాలనుకుంటున్న మాట అనేశాను

"మీరు నాకు కాఫీ యిస్తే నేను రాను పోనీ ప్రత్యుపకారంగా మందు పంపితే వొప్పుకోరు మళ్ళీ నాకుమాత్రం అభిమానం లేదు ?"

"నేను మీా యింటికి వొచ్చినపుడు—" చప్పున సిగ్గుతో ఆగింది.

"వొచ్చినపుడు—"

మాట్లాడ లేదు.

"చెప్పరూ ?"

"యేం లేదు."

"చెప్పాలి" బలవంతంచేశాను

"నేను యింటికి రావడ మేమిటి ?"

నాకు తట్టింది యీామెని చూసి నా భార్య కూచో మనన్నా అంటుందా

"వొస్తే ?"

చింది. గదిలో పచ్చ హారాలు వూగాయి. చప్పున ఆమె పరుగెత్తు కొని వచ్చి 'ఒక్కసారి రండి' అంది.

శీతారామయ్య కెప్టెరు కొట్టుకొని పడిపోయాడు. 'ఫిట్' తగ్గాక పైకి వొచ్చి నుంచొని అంత ఆదుర్దాతోనూ, ధైర్యంతో తన కేమీ అంటనట్టు కావలసినదిమాత్రం చేస్తో నుంచున్న ఆమె స్థైర్యాన్ని ఆశ్చర్యపడుతూ చూస్తున్నాను. సీత రాముడితో అడవికి పోయిందని, సావిత్రి యముడితో వాదులాడిందని, దుర్గమ్మ చీరెలు తగలపెట్టి ఖద్దరు సైను కట్టిందని, సూరమ్మగారు పాతివ్రత్యంమీద మహోపన్యాస మిచ్చిందని లొట్టలేసే మహానుభావుల పవిత్ర నేత్రాలకి దినదినమూ నిమిషనిమిషమూ, మనోవాక్కాయకర్మలమీద యే పత్రికల్లోనూ పేర్లు పడని స్త్రీలు నిలిపే నిగ్రహం కనపడదు. యెంత కాలం సాధన చెయ్యకపోతే ఆ దృఢప్రజ్ఞ కలుగుతుంది? మొగుడు చచ్చాడని గుండెలు బాదుకొని ముఖారి రాగంలో రూపక తాళంలో పెంకు లెగరగొట్టే సావిత్రి భర్త పునర్జీవితుడైనాడంటే నమ్ముతారు గాని, యీ కులటలో పాతివ్రత్యమూ, నియమమూ గుర్తించగలరా?

“వెడుతున్నారా?” వెనకనే ఆమె వొచ్చి నుంచుంది. కంఠంలో వుండమంటున్న ఆదుర్దా కనపడ్డది.

“ఈరాత్రి నన్ను యింజక్షను యివ్వ నియ్యాలి.”

“అంత యెక్కువగా వుందా?”

దగ్గిరగా నుంచున్న ఆమెను 'ఫీల్' అవుతో నేను మాట్లాడ

చెయ్యేసి కళ్ళు పైకెత్తి నా కళ్ళలోకి చూసింది అధిక ప్రయత్నంతో నా చేతులకి బుద్ధిచెప్పుకుని దూరంగా జరిగాను

"ప్రమాదమేమీ లేదు యీ నెలరోజులూ మందు లేక పోవడంచేత మళ్ళీ వెనకదోవ పట్టింది మీ కాయనపైన నిజమైన ప్రేమవుంటే మీ అభిమానాన్నైనా త్యాగం చేసుకుని ఆయనకి మందు యిప్పించండి" అన్నాను

నా కంఠంలోంచి పొర్లివచ్చే అనురాగ వాక్యాల్ని తొక్కిపడుతూ కళ్ళుకిందికి వాల్చి వూరుకుంది

"నేను వెళ్ళి సామాన్లు తీసుకొస్తాను మీరేం భయపడకండి"

వెళ్ళాడుతున్న ఆ చేతిని మాత్రం తాకకుండా వెళ్ళలేక పోయినాను నిర్జీవ ప్రతిమవలె నుంచునివుంది తిరిగిచూడక బైలుదేరాను యిట్లా రోజూ యీమెను చూస్తూవుంటే యెట్లా భరించడం? ఆశ లేని యీ వియోగవ్యధకో? యెన్నటికన్నా లాభంలేదా? విసుగు కలగదా ఆమెకు? ధనమూ స్వేచ్ఛా ఆకర్షించవా? యెంత చిత్రమో! ఒక్కసారి సీతారామయ్య ఆతని స్థితీ, వ్యాధీ నాకు మనసుకే తట్టలేదు అతనొకవేళ చచ్చిపోతే! ఆపాపు ఆలోచనికి నాలిక కరుచుకున్నాను కాని చచ్చిపోతే! ఆతలపు నన్ను వొదల్లేదు ఆ ఆశ కళ్ళముందు నుంచి తొలగదు ఈ రాత్రి యీ యింజక్షనే మాన్తే చాలా మట్టుకు నాకు మనోరథసిద్ధి కలుగుతుంది ప్రేమ దేనికన్నా

"నిద్రపోతున్నారు లేచిందాకా యిక్కడ కూచుందాము."

వెనక చిన్న పువ్వులపందిరీ మొల్లలవాసనా చిన్న కుటీరమూ, చుట్టూ పరిమితిలేని యీ తెల్లని సముద్రము నాపక్కన యీ వనితా—లోపలి అగ్నిని మరిచిపోగలిగితే! జ్వరమువంటి తాపంతో కుమిలిపోతున్నాను "భయం లేదుకదా?" అంది నెమ్మదిగా పాపం యింతవరకు శవంవలె పడివున్న ఆ మృతజీవి పక్కన వొంటరిగా కూచొనివుంది యెట్లా యివ్వను శాంతం ఆ హృదయానికి? అతనికి జీవితమే నేనివ్వగలిగితే మళ్లీ యీమె నాకు కనబడుతుందా? ఆ ఆలోచనలో నావుదారత్వం నశించింది అతను పోతేమాత్రం యీమెహృదయంలో యింకో మోహానికి స్తలం వుంటుందా? యింకో వాంఛ ఆశల్లో వెలుగుతుందా? యింకో గృహంలో ఆశల్లు వెలుగుతాయా? యేమివ్వను యీమెకోసం? సాధనం, మర్యాద, శీలం అర్పిస్తాను తృణప్రాయంగా

"మాట్లాడరేం?"

"నిజం మాట్లాడుతాను యేమీ అనుకోకండి ఆజాడ్యం కుదిరి ఆయన సంపూర్ణ స్వస్థత పొందుతాడనే ఆశలు మీరిదివరకే వొదులుకొనివుండాలి అవునా?"

"ఏమో!"

సందేహమేమీ లేదని వుద్దేశ్యం పైకి నిజం చెవుతున్నానను కుంటున్నాను గాని, అంతరాత్మలో మాత్రం, ఆమెని బాధ

మాట్లాడలేదామె చంద్రుడు మెల్లిగా పైకి జరుగుతున్నాడు నీడలు వూగుతున్నాయి పున్నాగపువ్వామె తలమీద రాలింది

"అది అతనికీబాధే! మీకూబాధే! కాదూ?" అని స్పష్టంగా అంది

"యీ సేవేలేకపోతే నాజీవితమేఆఖరు" అందిమళ్ళీ

వూరుకున్నాను యేంమాట్లాడను? మెల్లిగా ఆమె కంఠం లోంచి యీమాటలు వొస్తున్నాయి నాతోనో ఆ వెన్నెల తోనో చెప్పుకుంటుంది

"తల్లిదండ్రులు లేనిదాన్ని, సమీపబంధువులు లేనిదాన్ని, భర్తనెరుగనిదాన్ని, యీ లోకానుభవంలేనిదాన్ని, నన్నొక్కడు మాబావ, నమ్మించి, ద్రోహంచేసి, తా ననుభవించి ఒక ధనికుడైన బంధువుడికి అమ్మాడు వాడు తన వాంఛ తీర్చుకొని తను అప్పున్న ఒకమిత్రుడికి దానంచేశాడు తరవాత అనేక పశువులచేతుల్లో మారాను అనేక విషయాలు నేర్చుకున్నాను ఆ దుర్వృత్తినుంచి, ఆ పరమనరకంనించి, విరక్తి పొందాలనుకున్నాను కాని మోక్షమందలేదు ధనమూ మానమూ, అందమూ మర్యాదాలేని స్త్రీ జలప్రవాహముమధ్య తృణము యేదారి పొయ్యేవాడిఅనుగ్రహానికీ దోసిలి వొగ్గవలసినదే అప్పుడు నేర్చుకున్నాను అప్పుడు తీసుకున్నాను యీ ప్రతిజ్ఞ యెవరినించీ అధర్మంగా ఒక దమ్మిడీ స్వీకరించకూడదని

యన యీాయన పురుషసింహం దుర్మార్గులలో దుర్మార్గుడు కాలాంతకుడు అతడు తన పట్టమహిషిని చేసుకుని తన స్నేహిత బృందంచేత నన్నారాధింప చేశాడు నా మాట శాసనము నా కనుసన్నలు రాజ్ఞీవచనాలు నా కోపము ప్రళయావసాన ముగా జరిపాడు యాభై వే రూపాయల ఆస్తిని నన్నలంకరిం చేందుకు, నాకు నైవేద్యంగా, నా ఆనందానికై మూడేళ్లలో వెదచల్లాడు నా కదంతా కావాలా ? కాని యెంత విలువైనదీ నాకు స్వల్పమని ఆయన వుద్దేశ్యపడి ధనవ్యయంలో తన ఆనం దాన్ని అనుభవించారు నావల్ల నాకోసం యీ నా డీస్థితిలో పడ్డ యీాయనికి నే నెంత సేవచేస్తేమాత్రం రుణం తీర్చుకో గలనా ?"

ఆమెమాటలు నిద్రపొయ్యేదానివాటివలె మెల్లిగా ఆగిపోయి నాయి నేను ఆలోచిస్తూ కూచున్నాను నీడ మామీాదికి జరి గింది కొంగ ఒకటి చింతచెట్టుమీాదనించి విడవకండా యేడు స్తోంది రోగి లేచాడు లోపలికి వెళ్ళి యింజక్షను యిచ్చాము నిద్రపోగానే బైట వొచ్చి నుంచున్నాము ఆ రాత్రి నాకామె నించి కదలాలని లేదు కాని వెళ్ళితీరాలి "నేను వెడతా నింక" వద్దని ఆమె కళ్లంటున్నాయనుకున్నాను ఆమె మాట్లాడ లేదు నాకు కదలాలని లేదు ఏం మాట్లాడను ? ఆమె కథ విన్నతర వాత ఏ మాటలు మాట్లాడడానికీ పేలవంగా తోచింది యింకో విధంగా ఓదార్చే సాహసం లేదు ఒకమాటతో చూపుతో

"ఏమిటిది యిట్లాఅంటున్నారు ?"

"ఏం లేదు యీ చాకిరి తప్పిపోయి నేను జీవితంలో సుఖం అనుభవించా లనిగా ?"

"మొత్తానికి మీరు పడే శ్రమను చూస్తేమాత్రం భూలోకంలో యింత త్యాగ మింకా వుందని సంతోషించాలో లేక మీవంటివారి కింత యిబ్బంది తటస్థించినందుకు దుఃఖించాలో, తెలీటం లేదు"

"ఆ రెంటలో ఒకటీ న్యాయంకాదు"

"నేను వెడతాను"

ఆమె మాట్లాడ లేదు

"ముందుసంగతి చెప్పండి పంపనామందు ?"

అంగీకారంగా వూరుకుంది

"నేను ఉపయాన రానా ?" కొంచెం వూరుకొని "సాయంత్రాన రానా ?" అన్నాను

"ఆ, ప్రొద్దున్న ఆయనకోసం, సాయంత్రం మీకోసం సరేనా ?" — — — — —

"మరి మీరు బిల్ పంపితీరాలి"

"పంపితే ?"

"సందేహ మక్కరలేదు బిల్లులు తిరక్కొట్టం లేండి" అని చిన్నగా ప్రయత్నపూర్వకంగా నవ్వింది

"పంపించ వద్దనరుగదా ?"

"నన్ను సంతోషపెట్టటానికి అంటున్న మిమ్మల్ని చూస్తే నాకు, నమస్కారం చెయ్యాలో జాలిపడాలో తెలీటంలేదు మీరే మమ్మల్నిల్లా, జాగ్రత్త తీసుకోకపోతే యేమయ్యేవాళ్లం" నాచేతులు రెండూ పట్టుకుని మొహాన అద్దుకుంది ఆమెని రొమ్మున చేర్చుకుంటే ఆ నిమషాన యేమీ అనదనిపించింది కాని అంతనీచంగా "యెడ్వాన్ టేజ్" తీసుకుంటానా ?

౨

నెలకాగానే బిల్ పంపమని అడిగింది పంపేను అధికమైన దరిద్రంలో యెట్లాయిస్తుంది ? కుర్రవాడితో అయ్యగారిని భోజనంచేసి రాత్రికి ఒకసారి తప్పకుండా రమ్మని చెప్పిందట

నాబైస్కిల్ చప్పుడువిని బయటికివొచ్చింది నా సైకిలు దీపం ఆ యింటిముందువున్న యెర్రపువ్వుల తీగపైనించి ఆమె మీదపడ్డది తెల్లని శుభ్రమైన చీరకట్టుకుంది జుట్టు చాలా అల్లరిగాదువ్వి పువ్వులతో నవ్వుతున్నట్లలంకరించింది యెన్నాళ్ళయింది నేనామెను అట్లాచూసి ? యెక్కడిదో ఒకజాకెట్ కూడా తగిలించింది యెందుకబ్బ యీవేషం ? పదన్నా ప్రయాణమా ? యెవరన్నా వొస్తున్నారా ? కాని పొట్టిచేతుల రవికతో చంపల జీరలాడే జుట్టుతో చిరుగులచీర కట్టుకుని రోజూ వున్నప్పుడే సహజంగా అందంగా కనపడేది యెందుకు ? ఇట్లా యీరాత్రి యీమెని శుభ్రంకమ్మని అడిగేటంత ఆరోగ్యం వచ్చిందా రోగికి ? సరాసరి నన్ను వొంటింటోకి తీసికెళ్ళింది

కొంచెంగా యెక్కణ్ణించన్నా వస్తుందేమో నన్ను కుర్చీమీద కూచోమని తానెదురుగా సిగ్గునటిస్తో నుంచుంది అంతా కొత్తగా వికారంగా, కనిపిస్తోందినాకు మాట్లాడితే యేమవు తుందో అన్నట్టు, అట్లానే కూచున్నాను ఆమె అట్లానే నుం చుంది గూట్లోదీపం నిదానంగా వెలుగుతోంది పక్కగది లోంచి బాధతోకూడిన రోగివూపిరి వినపడుతోంది యింక వుండలేక, "మాట్లాడరేం" అన్నాను

"యేముంది, నేను సిద్ధంగానేవున్నాను," అని పక్కచూపు లతో లేనిసిగ్గుతో నన్ను పలకరించింది

"యెందుకు అన్నాను కొట్టుకుంటున్న హృదయంతో నేను తనని అన్యాయంగా క్రూరంగా హాస్యం చేస్తున్నట్టు నావంక చూశింది

"మీయిష్టానికి" అన్నది

తెలుస్తున్నదినాకు

నావొళ్ళు వొణికింది కళ్ళుతిరిగాయి

యేమిటిది ? యెందుకిట్లా చేసింది ? చప్పున ఆలోచించాను

"యిట్లా కూచోండి"

మంచంమీద కూచుని నాచేతిమీద చెయ్యేసింది

"యెందుకిట్లా ?"

"మీ రుణం తీర్చుకునేందుకు"

"యిట్లానా ?"

www.ingramcontent.com/pod-product-compliance
Lightning Source LLC
LaVergne TN
LVHW020044220825
819277LV00003B/25